Mộng Trắng Thơ Vàng
Tóc Bạch Kim

thơ Vũ Hoàng Chương dịch ngoại ngữ
Hàng Thị tái bản
2025

Copyright © 2025 Estate of Vũ Hoàng Chương
All Rights Reserved

Title: Mộng Trắng Thơ Vàng Tóc Bạch Kim
Subtitle: thơ Vũ Hoàng Chương dịch ngoại ngữ
Author: Vũ Hoàng Chương *et al.*
First US Edition 2025
Edited and annotated by Tran, N.K.

ISBN-13: 978-1-949875-37-9
ISBN-10: 1-949875-37-7

Printed and bound in the United States of America

Published by
Hàng Thị
Henrico, Virginia, USA
www.hangthi.com

Cover designed by André Tran

Vào Đây Sẽ Gặp

Vào Đây Sẽ Gặp..	**i**
Lời Ngỏ..	**vii**
Cảm Thông..	**1**
Lời Người Dịch..	3
Translator's Note...	6
Thi Phẩm...	9
Cảm Thông..	9
Communion..	*11*
Đăng Trình..	14
A Departure...	*16*
Vườn Hoa Bể Bắc..	18
The Flower-Garden of North-Sea......................	*20*
Le Jardin Fleuri de la Mer du Nord...................	*22*
Đêm Đông..	25
Winter Night..	*25*
Bài Ca Dị Hỏa...	26
The Magic Fire..	*27*
Le Feu Étrange...	*29*
Công Chúa Paris...	31
Princess Paris..	*33*
Princesse Paris..	*35*
Ysa...	37
Ysa..	*39*
Mây Sóng Tình Thơ...	42
Cloud and Wave's Poetic Love.........................	*44*

Nguyện Cầu	46
Prayers	*47*
Tuyết Hận	49
Hymn of Hatred of Snow	*52*
Bài Ca Bình Bắc	56
Epopee of North-Pacification	*60*
Gửi Tặng	65
A Present	*67*
Hoa Sen	69
White Lotus	*69*
Con Tàu Say	70
The Tipsy Train	*71*
Tình Quê	72
Country Love	*73*

Thi Tuyển 1

Préface 3
Bản Dịch Bài Tựa 7
Thi Phẩm 11

hơi tàn đông á	11
Le Râle de l'Asie	*13*
tối tân hôn	15
Nuit Nuptiale	*17*
phương xa	19
Évasion	*20*
tình si	21
Amour Impossible	*22*
mời say	23
Invitation à la Danse	*25*
giang nam người cũ	27
L'Ancienne Amie du Sud du Fleuve	*29*
nửa truyện hồ ly	31
En Lisant la Conte "Les Renards"	*32*

qua áng hương trà	33
Parfum du Thé	*34*
bài ca ngư phủ	35
La Chant du Pêcheur	*37*
bài ca siêu thoát	40
Cantique de Délivrance	*43*
cuộc du hành	46
Le Voyage	*48*
bài ca tận thế	50
Fin du Monde	*52*
tuổi xanh	54
Âge Bleu	*56*
tâm sự một người	58
Le Secret d'un Cœur	*60*
mộng giao đài	62
Rêve du Palais de Jade	*63*
loạn trung biệt hữu	65
Séparation de Deux Amis en Temps de Guerre	*66*
tiếng gọi mẹ	67
Le Cri Maman	*70*
thản nhiên	72
Indifférence	*74*
xuân mới	76
Printemps Nouveau	*77*
cười vang giữa cuộc	78
Éclat de Rire dans le Chaos	*79*
vũ vô kiềm tỏa	80
La Pluie et ses Rets	*82*
khai sinh	84
Naissance	*86*

Thơ S. K. de La Cœuillerie 88

Tannkas et Haikais	*89*
đoản ca và bài hài	90
Il Est Venu	*91*
chàng đã đến	92

Tân Thi...............................1
Notes..................................3
Sur l'auteur............................3
Sur la traductrice......................3
Vài nét................................4
về tác giả..............................4
về dịch giả.............................4
Thi Phẩm..............................5
người nữ hoa tiêu........................5
mon amie pilote.......................7
biển câm nổi sóng.......................9
message de la mer de silence..........12
bí mật acropole........................16
le secret de l'acropole...............18
chơi xuân..............................20
jeu de printemps.....................21
người với người........................22
d'homme à homme......................25
dư ba..................................28
écho.................................29
buồn điều chi..........................30
triste? pourquoi?....................33
kỷ niệm đông âu........................35
souvenir de l'europe orientale.......37
lửa từ bi..............................38
feu de compassion....................40
lệnh cho đất...........................43
nouveau départ.......................44
ai có qua cầu..........................46
en franchissant le pont..............48
dừng bước sông nil.....................50
halte au bord du nil.................51

đâu là chân sắc	53
la vraie couleur	*57*
vô phương thảo	61
pointe d'herbe-parfum	*62*
trở về	63
le retour	*66*
thanh bình	69
la paix	*70*
nhận diện	71
face à face	*74*
đêm vào la mã	77
escale à rome à minuit	*78*
thông điệp thế vận	79
message d'olympie	*81*
vòng đua	82
le stade	*84*
lửa phi châu	86
feu d'afrique	*87*
lửa, lửa, và lửa	88
message de feu	*89*

Phụ Lục i

Hán Tự	i
André Guimbretière	iii
Simone Kuhnen de La Cœuillerie	iv
Giấy Ủy Quyền	viii

Mở Đầu   *trang v*

Lời Ngỏ

Tập thơ này nối tiếp chương trình tái bản thơ Vũ Hoàng Chương tại Hoa Kỳ, bắt đầu từ 2022 đến nay. Khác với các quyển trước, quyển này chỉ gồm những bài đã được dịch sang ngoại ngữ - do Simone Kuhnen de La Cœuillerie (Pháp), và Nguyễn Khang (Anh.) Tựa của thi phẩm là một câu trong bài Mây Sóng Tình Thơ (Cảm Thông trang 42.) Sinh thời, nhà thơ họ Vũ đã cho xuất bản tất cả 5 thi phẩm dịch sang ngoại ngữ

    Cảm Thông *(1960)*
        Communion, *Nguyễn Khang dịch Anh ngữ*

    Tâm Tình Người Đẹp *(1961)*
        Les Vingt-huit Étoiles, *S. K. de La Cœuillerie dịch Pháp ngữ*

    Thi Tuyển *(1963)*
        Poèmes Choisis, *S. K. de La Cœuillerie dịch Pháp ngữ*

    Die achtungzwanzig Sterne *(1966)*
        Nhị Thập Bát Tú, *Thomas Ziegler dịch Đức ngữ*

    Tân Thi *(1970)*
        Nouveau Poèmes, *S. K. de La Cœuillerie dịch Pháp ngữ*

Năm 2023, Hàng Thị đã tổng hợp các bài thơ viết theo thể nhị thập bát tú (mỗi bài có 4 câu, thường là thất ngôn hay lục bát) - đã từng được ấn hành trong các tập thơ khác - để xuất bản dưới cùng tên này. Thi phẩm này, như vậy, đã ghi lại tất cả các bài thơ, vốn có bản dịch ngoại ngữ, trong Tâm Tình Người Đẹp và Die achtungzwanzig Sterne.

Vì những lý do trên, khi soạn thảo Mộng Trắng Thơ Vàng Tóc Bạch Kim, *chúng tôi không đưa vào các bài thơ viết theo thể nhị thập bát tú nữa. Nói khác đi, ở đây chỉ rút các bài thơ dài từ ba thi phẩm* Cảm Thông, Thi Tuyển, *và* Tân Thi. *Các bạn có nhã hứng, xin mời đọc* Nhị Thập Bát Tú (2023), *do Hàng Thị xuất bản, như đã trình bày.*

Riêng phần tiếng Pháp, khi cần sửa các lỗi in sai, chúng tôi giữ nguyên lối viết xưa mà không theo luật mới "Rectifications de l'orthographe de 1990".

Mục đích của chúng tôi là cung cấp cho bất cứ ai cần đến các tài liệu tương đối đầy đủ, đáng tin cậy, để khỏi mai một những di sản quí báu của đất nước... Chúng tôi chỉ làm công việc sưu tầm, sao chép, sửa các lỗi ấn loát hay chính tả khi cần thiết, cùng đưa thêm vài chú thích, diễn dịch theo ý riêng, dù biết là nông cạn, gọi là góp chút phần hiểu biết.

Trước khi dứt lời, xin nói lên lòng tri ân giáo sư Từ Mai Trần Huy Bích, người đã tiếp hơi cho nguồn cảm hứng và khích lệ chúng tôi trong việc tìm hiểu và sưu tầm thơ Vũ Hoàng Chương, cùng cảm tạ các bạn hữu gần xa đã giúp đỡ rất nhiều trong việc sưu tầm và đánh máy khoảng hơn 15 năm trước đây. Sau cùng, xin cảm ơn hai bào huynh Ngọc Sách và Trần Ngọc đã không ngừng khuyến khích, cổ động, cùng Mỹ An, người bạn đời, đã tạo mọi điều kiện thuận lợi để một thường nhân như chúng tôi có thể tiếp tục cuộc hành trình tưởng như bất tận này.

Henrico, đầu xuân 2025
N.K.

Cảm Thông
Communion

La Mort
tranh Ysabel Baes

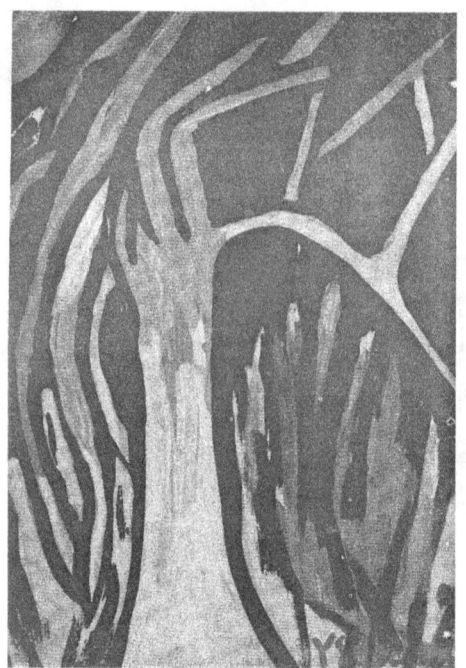

Lời Người Dịch

Trong khi đảm nhiệm công việc dịch những bài thơ của thi sĩ Vũ Hoàng Chương sang Anh văn, chúng tôi biết trước rằng sẽ gặp rất nhiều sự khó khăn. Thật vậy, hai thứ tiếng Anh và Việt có nhiều tính chất khác nhau quá, khó tránh khỏi viết đúng tiếng này mà không làm sai lạc nghĩa của tiếng kia được. Những điểm tế nhị và mạnh mẽ của một vài tiếng Việt (thí dụ chữ nguồn gốc Hán tự trùng âm mà khác nghĩa với chữ nôm), nhiều khi không có chữ tương đương trong tiếng Anh; nhất là những cách truyền cảm tế nhị, những lối dùng chữ khéo léo, những lời thơ bóng bảy hoặc dùng điển kín đáo như trong các bài thơ của các thi sĩ cổ Trung Hoa, lại thấy vang bóng rất nhiều trong thơ của thi sĩ họ Vũ.

Chúng tôi hiểu rằng nền văn hóa Việt Nam từ mấy chục thế kỷ nay đã để lại cho dân tộc ta biết bao nhiêu nhà thơ lỗi lạc mà tác phẩm đáng được dịch để giới thiệu cùng các độc giả ngoại quốc. Nhưng nếu chúng tôi đành nhường cái trọng trách lớn lao đó cho những dịch giả có tài hơn và chúng tôi chọn thi sĩ Vũ Hoàng Chương, là bởi vì chúng tôi quan niệm thi nghiệp của ông có tính cách điển hình cho nhịp giao cảm nối liền hai thời đại cổ và kim, một thi sĩ sáng tác đều đặn nhất, có một cảm hứng liên tục nhất trong thi giới hiện nay; và những bài thơ về đủ các hướng đề tài của ông xứng đáng tượng trưng cho sự gặp gỡ Đông và Tây, trên bình diện Thi Hứng và Nghệ Cảm.

Trong cuốn sách này, các độc giả sẽ thấy chúng tôi dùng văn vần để dịch. Làm như vậy, chúng tôi không hề có cao vọng đóng vai một thi sĩ Anh, cũng như chúng tôi không định bày vẽ thêm nhiều sự khó khăn, trong khi chúng tôi có thể dịch sang văn xuôi, vừa đỡ tốn thì giờ lại đỡ tốn công. Nhưng các độc giả am hiểu tiếng Việt chắc phải công nhận rằng thi ca Việt Nam có một nhạc điệu riêng biệt và cốt ở nhịp nhàng. Giá trị của một bài thơ sẽ được tăng thêm, nếu bài thơ đó được ngâm nga trầm bổng hoặc có một thứ âm nhạc nào đó hòa theo. Phản ảnh được đúng ý của thi nhân là một điều cần thiết hơn cả, chúng tôi đồng ý, nhưng chúng tôi thấy rằng nếu ta có thể thêm vào sự phiên dịch chính xác một âm điệu êm tai cho cân xứng với bài thơ Việt, thì điều đó vẫn rất nên làm, vì lẽ cái "tinh thần" của nguyên tác lại càng biểu lộ rõ rệt.

Kết quả là chúng tôi đã dịch những bài thơ của thi sĩ họ Vũ sang văn vần. Tuy nhiên, vì nhiều lúc muốn dịch cho thật sát nghĩa, chúng tôi đã đành hy sinh một vài yếu tố cần thiết phải có trong một bài thơ Anh... (vì những chữ của hai tiếng nói khác nhau về vần và âm thanh, như một chữ "cúc" của Việt Nam, tiếng Anh là chrysanthemum chẳng hạn.)

Trong cuốn sách này, có 15 bài thơ, trích trong nhiều thi phẩm đã xuất bản hoặc đăng báo mà thi sĩ Vũ Hoàng Chương đã sáng tác từ 1940 tới nay. Các bài thơ đó tiêu biểu cho gần đủ các lối thơ mà các thi sĩ Việt Nam thường sáng tác cho tới ngày nay. (Chẳng hạn: bài "Nguyện cầu", "Con tàu say", lối ca lục bát; bài "Hoa sen", "Đêm đông", lối Đường luật thất ngôn bát cú; "Bài ca Bình Bắc", "Bài ca dị hỏa", lối Trường đoản cú; bài "Công chúa Paris", "Tuyết hận", lối khác đều lục ngôn vần chéo; bài "Gửi tặng", lối thơ 8 chữ vần chéo; còn các bài khác đều là thất ngôn phân đoạn.)

Bốn bài thơ trong cuốn sách này đã được đệ trình lên Hội nghị Quốc Tế Thi Ca Đệ Tứ Lưỡng Niên họp vào tháng 9 năm 1959 tại Knokke-le Zoute (Bỉ), trong dịp thi sĩ Vũ Hoàng Chương được Chính phủ cử đi dự với tư cách đại biểu Việt Nam.

Gần đây Nữ thi sĩ Simone Kuhnen de La Cœuillerie, một đại biểu người Bỉ cùng dự Hội nghị này, đã có nhã ý dịch ba bài thơ khác sang tiếng Pháp, căn cứ trước hết vào những bản dịch tiếng Anh của tôi và sau đó, lại liên lạc thường xuyên bằng thư tín với tác giả để sửa chữa cho hoàn hảo.

Sàigòn, 15 tháng 3 d.l. 1960
Nguyễn Khang

Translator's Note

  While undertaking the work of translating Vũ Hoàng Chương's poems into English, we are warned in advance of the many difficulties we have to face. Indeed, the two tongues are of too different natures to do justice to the one without distorting the other. The subtlety and power of some Vietnamese words (which derive from Chinese characters and colloquial Vietnamese as well) have not their equivalents in English, and those subtleties, plays upon words, imaged rhymes and uses of Chinese poets' quotations are found very abundantly in the poems of Vũ Hoàng Chương.

  We do not ignore that our centuries-old culture has left us a fine list of eminent poets whose works should be presented to the foreign reader. But if we leave that greater work to much abler translators and choose Vũ Hoàng Chương in the first place, it is because we do consider him as a typical poet bridging two periods of times (ancient and modern), the one who composes most regularly, whose career is most lasting and whose diversified verses are worthy to successfully represent the encounter of two waves of thoughts: Oriental and Occidental.

In this book, the reader will remark that we have used rhymes to translate the Vietnamese poems. By doing so, we do not have the pretension to play the accomplished poet, nor to create more difficulties, when a mere literal translation can spare us much time and pain. But a reader who knows Vietnamese well should admit this fact that the Vietnamese poetry has its particular music and rythm. The value of a poem is much more increased, if it is scanned melodiously or accompanied by some music. To reflect the genuine idea of the poet is most necessary, we admit the fact, but to balance the Vietnamese music, we think it appreciable to add more charm to an English poem by allying accuracy to sweet resonance.

It then results that our translations have their rhymes, but at many places, for the sake of accuracy, we have had to sacrifice all that usually conveys a perfect English poem: meter, euphony... (the words of the two languages being too different in length and sounds, e.g. Chrysanthemum: cúc).

This book inludes 15 poems extracted from many other books of poems composed by Vũ Hoàng Chương since 1940. They nearly represent the various kinds of versification so far adopted by our poets. ("Prayers", "The tipsy train": 6-word lines to 8-word lines; "White Lotus": 8 lines of 7 words each, Chinese-style; "Epopee of North-Pacification", "Magic fire": Long against short lines; "Princess Paris", "Hymn of Hatred on Snow": Lines of 6 words with alternate rhymes; "A Present": modern style, with alternate rhymes; the other poems: stanzas of four seven-word lines).

Four of these poems had been presented to the 4ème Biennale Internationale de Poésie which met in September 1959 at Knokke-le Zoute where Vũ Hoàng Chương had been sent as representative for Vietnam.

The poetess Simone Kuhnen de La Cœuillerie, a Belgian Delegate at the Congress had had the kindness to translate three other poems into French, basing herself upon the English versions and later, keeping a regular correspondence with the poet Vũ Hoàng Chương for better exactness.

Saigon 15th March 1960
Nguyễn Khang

Thi Phẩm

Cảm Thông

Đã lâu trăng cứ tuần trăng sáng
Hoa cứ mùa hoa dậy sắc hương
Phai thắm đầy vơi hờ hững nhịp
Vô tình lui tới lớp tang thương

Triều đại hưng vong đều tiếng quốc
Duyên tình quên nhớ giỡn hoàng ly
Trắng đen thề nguyện trầm lên vút
Cao thấp sầu vui phẳng trúc ty

Ai thấy não nề trên lá thắm
Buồn ai cung nữ lạnh chia phôi
Nào ai linh cảm màu sông trắng
Hận kẻ ôm thuyền khóc lứa đôi

Khí thiêng chừng sớm lìa nhân thế
Dương thịnh rồi chăng Âm đã suy
Quạnh quẽ thu phần thơ bặt tiếng
Lầu hoang chìm cỏ dấu hồ ly

Còn đâu thuở ấy niềm khăng khít
Quỷ với người chung một mái nhà
Trăng bạn hoa em trầm mối lái
Đèn khuya dìu dặt bóng yêu ma

Dăm gã thư sinh vừa lạc đệ
Mươi nàng xuân nữ sớm chìm châu
Cảm thông một phút bừng ân ái
Miếu nguyệt vườn sương gặp gỡ nhau

Âm Dương kề sát đôi bờ suối
Vạn nhịp cầu tơ chắp ý duyên
Xao xuyến muôn loài thơm nhạc sống
Gỗ nào danh sĩ đá thuyền quyên

Tương tư có nghĩa gì non ải
Gác trọ phòng khuê một nỗi hàn
Trang sách chập chừng run lửa nến
Hài thêu nâng gọi ngắn không gian

Hỡi ơi dâu bể mòn thương nhớ
Gỗ đá còn trơ gỗ đá thôi
Lớp lớp biên cương tình chật hẹp
Mùa xưa thông cảm đã qua rồi

Qua rồi thuở ấy tình sâu nặng
Trăng mới cuồng si nụ bán khai
Ta nhớ tiền thân phòng lại ngỏ
Giấc hồ thơm tóc gái Liêu Trai

Communion

A long time since, on her cycle, the Moon shines in due time,
In due seasons, the flowers bloom in beauty and fragrance.
Fading, deepening, full, empty, the cadence works
                                            machine-like
Coming, retiring, oceans, mulberry-fields succeed in
                                            indifference.

At the dynasties' fall and rise, the moor-hen's cries sound
                                            regular[1]
At loves minded or forgotten, the oriole hops in its game[2]
White, black, may be oaths and pledges the benzoin-smoke
                                            spirals afar[3]
High or low, may be sadness and joy, the flute-and-guitar's
                                            notes remain plane[4],

Who, any longer, can read her sorrow on the red leaf
And, again, mourns the harem-girl's cold separation[5]?
Who, at the white-lit river, bears his melancholy deep
And pities the woman at her boat's flank who weeps a
                                            lost union[6]?

That sacred air, has it forever vanished from this earth?
Is the Yang prosperous, and the Yin now collapsing?
Forlorn, the tombs, in Autumn, are silent of their verses[7]
The castles, deserted, and sunk on the herbs, the foxes'
                                            prints[8].

Where to be found those times of great intimacy:
When ghosts and humans co-lived under the same roof,
The moon, a friend, the flower, a sister, the benzoin, an
                                                   intermediary
By the tardy lamp, floated shadows of ogres and spooks?

When some young scholars, from the King's Court, failing in
                                                 their examinations
Some ten girls prematurely drowned their jade-bodies[9].
In a twinkle, their loves flashed in a communion,
In the moonlit temple, out a misty garden, joined their
                                                  destinies?

When Yin and Yang crouched on either bank of the spring,
Ten thousand yarns, as a bridge, linked the tender passions;
Astir the species were embalmed with music of living.
That wood, a famed scholar, that stone, a pretty maiden.

In love-sickness, what could mean distant mountains and
                                                  frontier-gates?
In his inn-room, or her boudoir, their hearts suffered a
                                                  common cold.
On the pages of his book the candle's fire moved its shade;
Raising her embroidered slipper, shrinking the distances,
                                                  he called[10]

Alas! Oceans and fields worn out through sorrows and
regrets
Wood and stone, without souls, now turn wood and stone,
Rows upon rows, limits and barriers tightly are set,
Those communions of yore, indeed, are well gone!

Gone, those seasons, when feelings were so grand and deep,
When the New Moon, in crazy love of the Bud half-open.
Recalling my former life, the door of my room, ajar I keep
To welcome in dream, the perfumed hair of Ghost stories'
maiden.

[1, 2, 3, 4] In Vietnamese poetry: the moor-hen symbolizes a patriot mourning the loss of his country; the oriole is the symbol of Love; the benzoin is burnt for more solemnity when a people takes an oath; the notes of flutes and guitars represent sadness and joy.
[5] The harem-girl of yore, neglected by the King and quite detained in her private room at the King's Court, wrote her confessions on a red leaf which she flowed on the current, in the hope that some youth shared her sorrow.
[6] A sort of Vietnamese geisha whose husband, a tradesman, travelled far and gave no sign of return. She sat, at the flank of her boat, strumming a few notes with her guitar, weeping for a lost union.
[7] The legend said that in Autumn, the ghosts would scan verses, beside the tombs.
[8] Foxes, after the Ghost-stories, were often metamorphosed into pretty girls who inhabited deserted castles.
[9] The legend said: some girls who died young or committed suicide, became later ogresses and appeared to comfort the young scholars who failed in their examinations, on their way back from the King's Court. Their dates often took place, at night, in temples or gardens.
[10] It was told that the young scholar kept an embroidered slipper of the girl, as a souvenir. Each time he missed her too much, he had but to raise it and call her name. And she reappeared.

Đăng Trình

Bao nhiêu hạt cát bến sông này
Đã bấy nhiêu ngàn thế kỷ nay
Ta vượt ngàn năm đường ánh sáng
Tự ngoài Vô Tận đến nơi đây

Trái Đất mừng ta nhạc vút cao
Băng sơn gầm thét hỏa sơn gào
Bóng ta in xuống chân trời mới
Nhật Nguyệt hai phương ngửa mặt chào

Muôn màu chen dự lễ đăng quang
Biển nước xanh lơ biển cát vàng
Hoa tím buông lơi sườn cỏ biếc
Ôi rừng trinh bạch đảo hồng hoang

Nhưng vẻ thiên nhiên tự buổi đầu
Với thời gian đã mất từ đâu?
Núi sông mòn mỏi bao hưng phế
Hiện nét già nua mặt Địa Cầu

Đại lục buồn soi bóng đại dương
Cỏ hoa rừng đảo úa dần hương
Cũng như Trái Đất khô dần nhựa
Còn, chỉ còn dư vị chán chường

Đêm đêm ta dõi mấy tầng cao
Tìm một không gian mới lạ nào
Lấp lánh Quê Trời thơ hẹn bến
Giam mình Quê Đất mãi hay sao

Nhân loại ra đi chẳng một lần
Hợp tan nào khác mảnh phù vân
Trên đà tốc độ siêu quang ấy
Một chuyến đăng trình một hóa thân

Này lúc vèo qua hệ Thái Dương
Ném sau ngàn đốm lửa kim cương
Mạn phi thuyền cháy lên rừng rực
Ta gõ mà ca: Thiên nhất phương

A Departure

So many grains of dust is this beach of the river covered,
So many are the thousands of centuries,
This place, riding a thousand light-years, I entered
Here, I came, led straight from Eternity.

The Globe welcomed me with music soaring high,
Ice-Mounts (icebergs) were roaring, Fire-Mounts
　　　　　　　　　　　　　　　　(volcanoes) howling.
My shadow, on the new sky-line, printed its sign,
Phœbus, Luna, of two cardinal points, tossed up, saluting.

A myriad of colours jostled, attending my Coronation-day,
Water-sea's navy blue mixed up with sand-sea's golden
Hanging on green grassed slopes, bunches of purple
　　　　　　　　　　　　　　　　　　flowers swayed;
O! white-virgin jungles! O! rosy-deserted islands!

Those strokes of Nature, those snows of yester-year,
With Time's flight, where could they go and hide?
Climaxes and declines have worn, whetted mounts and
　　　　　　　　　　　　　　　　　　　　rivers,
Wrinkled and squat, the Globe now appears disguised.

Mộng Trắng Thơ Vàng Tóc Bạch Kim trang 16　　　　　*Vũ Hoàng Chương*

Sadly, the Continent mirrors itself upon the Ocean.
Herbs and flowers, forests and islands fade off their
$$\text{fragrance.}$$
The Earth, likely, dries up his substance.
Anything left! Left but the back-taste of mortification.

Night upon night, the celestial spaces, I scrutinize,
Seeking for some strange and renewed atmosphere.
Twinkling, my "Native-sky", that wharf for my rhymes!
This "Native-land", shall I ever lock myself down here?

In the cosmos, Man's departures are not unitary;
To shape and clear, the way do clouds melting.
Riding that speed which outstrips Light's velocity,
Each trip taken, an occasion for Life's transmuting.

Here, the minute I dash past the Solar System,
Behind, a thousand diamond-sparks casting,
Ablaze, the flank of my space-boat reddens
Beating time, I recite the Chinese poet's rhyme: "Of that
$$\text{corner of Heaven I'm dreaming".}$$

Vườn Hoa Bể Bắc

Tặng Hội nghị Quốc tế Thi ca
Đệ tứ Lưỡng niên

Từ bốn phương về, đã bốn phen
Gió thu dìu dặt hứng thơ lên
Vườn Hoa Bể Bắc mây tung cánh
Thi sử chào Ngươi, Hội Lưỡng Niên!

Thơ kết thành hoa nở bốn màu:
Cúc vàng, lan trắng, hạnh hồng, nâu [1]
Phấn bình nguyên quyện hương sa mạc
Nồng đượm hai bên má Địa Cầu

Hồng Hải dang tay Hắc, Bạch, Hoàng
Tình Thơ bốn bể sóng mênh mang
Pha sương đại lục mưa quần đảo
Nước mấy trùng khơi góp tiếng vang

Thi đàn Quốc tế hội thi nhân
Này bốn mươi hai nước họa vần
Thế giới không còn biên giới nữa
Chỉ còn muôn dặm nức hương lân

Đã bắc dài trên vạn cõi bờ
Cầu bao nhiêu nhịp bấy nhiêu Thơ
Nhịp cầu giăng mắc đường giao cảm
Đang tiến về chung một giấc mơ

Là Chị, là Em, là các Anh?
Cũng là Tôi - với giấc mơ xanh.
Người hoa giáp có, trăng tròn có
Lòng chí thành xây nhạc Đại Thành

Con Người - cho dẫu của Ngày Mai -
Cũng tấm tình Thơ chẳng thể phai
Đã mấy ngã ba đường Lịch Sử
Gót Thơ chưa ngọc nhuốm trần ai

Chừ đây thu quạnh gió nao nao
Tản mác về muôn đợt hải trào
Bọt sóng tung lên trời Cảm Hứng
Vòm thiên thanh bỗng chói lòa sao

Chia tay, bốn bể dạt dào
Tay cầm tay, lại tay trao, khó rời
Vườn Hoa Bể Bắc còn tươi
Còn Thơ họp mặt cho Người nối duyên

Cách năm bể hẹn hoa nguyền
Bể mang mang lắng gió truyền tin hoa
Mùa thu Hội Nghị không già
Xanh xanh bốn bể màu pha một màu

Hương Thơ ngát mãi ngàn sau
Lan khoe trắng, hạnh hồng nâu, cúc vàng [1]

The Flower-Garden of North-Sea

Dedicated to the "IVè Biennale
Internationale de Poésie"

From four points, for the fourth time, they have come,
Their Muse led and raised by the winds of Autunm.
To the garden of North-Sea, the cloud soars its wings,
O Biennale! The History of Poetry sends thee warm
greetings!

The poems, wreathed in flowers, bloom bright in four colors:
White orchids, pink cherries, purple violets, gold
chrysanthemums [2]
The deserts' perfume blended with plateaus' powder,
With sweet fragrance, the Globe's two cheeks, they embalm,

The White Sea's arms stretch out, grasping the Black's, the
Red's, the Yellow's,
The Love of Poetry, in four seas, rises in immense billows.
The mist of Continents melts with rains of islands,
The waters of the expanses bring forth their resonance.

In the poetry World-Congress, the poets are gathering.
Here, forty two countries co-share their own rhymes,
The World's frontiers, no more, could be existing;
Only, a neighboring scent over thousands of miles!

A single bridge is raised across hundreds of barriers.
To as many poems, correspond as many pillars,
The pillars that weave the yarns of telepathy,
Toward a single dream, is converged their fancy.

Mộng Trắng Thơ Vàng Tóc Bạch Kim trang 20   Vũ Hoàng Chương

You, my elder, you, my younger, sisters and brothers
As I, we all cherish a unique blue dream!
Of the sixties as well as of full moon years,
With good wills, we build up the Universal-Hymn.

The human being, even though belonged to Future,
At Poetry's beauty, could not fade his fervour
As there have been many curves of History,
Dust, by no means, could have soiled the heels of Poetry.

Now, in this chilly Autumn, with the winds cooling,
To every point, disperse the thousand waves of oceans.
To the "Sky of Inspiration" their foams rise, splashing;
Numberless stars, they dazzle in the vault of blue heaven.

The four seas, at parting, feel deep in their emotions;
Hands shake, hands leave, hold tight before Separation.
The longer the North-Sea's garden is fresh in beauty
Poems still meet, Men still link their bonds of amity.

"The year after" - promise the seas, pledge the flowers...
The seas lie calm, for the winds to announce the
                                    blooming-season.
The Autumn of Congress, never, will grow older,
The four seas will combine their waters in blue unison...

The perfume of Poetry will last years and years
For the flowers to display white, pink, purple, golden.

Le Jardin Fleuri de la Mer du Nord

À la IVè Biennale de Poésie

Des quatre vents, pour la quatrième fois
Le souffle de l'automne ramène les poètes.
Au Jardin Fleuri de la Mer du Nord les nuages déploient
                                                      leurs ailes;
Au fond des temps, la Poésie te salue, ô Quatrième Biennale!

La Poésie s'épanouit en fleurs aux quatre couleurs:
Blanche orchidée, jaune chrysanthème, rouge amarante,
                                                      noire violette [3].
Le pollen des plaines se mêle au parfum des déserts
Pour embaumer les deux faces du Globe.

La Mer Blanche ouvre les bras à ses sœurs: la Jaune, la
                                                      Rouge, la Noire.
Les sentiments fraternels s'étendent immenses dans les
                                                      vagues des quatre mers;
Imprégnées de la brume des continents, des pluies des
                                                      archipels,
Les eaux océanes apportent de tous lieux leurs échos qui se
                                                      rejoignent.

Aux rencontres de la Poésie s'agglomèrent les poètes.
Et quarante deux nations se répondent en rimes
Le monde des humains n'a plus de frontières,
Seul subsiste a travers l'espace ce parfum qui s'enrichit des
                                     parfums proches et s'identifie avec eux.

Mộng Trắng Thơ Vàng Tóc Bạch Kim trang 22   *Vũ Hoàng Chương*

Le pont est jeté par dessus toutes les barrières;
Autant de poèmes, autant de pilliers.
Ces pilliers où s'accrochent les fils de télépathie
Qui vers un seul rêve convergent leur élan commun.

Vous mes aînés, vous mes cadets, mes sœurs, mes frères,
Comme moi, chérissant l'unique songe bleu;
Quel que soit le nombre de vos années: l'âge du fruit mûr ou
                            celui de la jeune lune d'avril,
De nos bonnes volontés unies nous créons l'hymne universel

L'Être - même s'il appartient à Demain -
À la beauté de la Poésie ne pourrait demeurer insensible.
Après tant de détours dans l'Histoire du Monde
Jamais la poussière n'a souillé le talon de jade de la Muse.

Aujourd'hui en cet automne venteux promoteur de tristesse,
Vers les directions différentes se dispersent les mille vagues.
Leur écume est projetée jusqu'au fond du ciel d'Inspiration
Et la voûte azurée soudain s'éclaire de mille étoiles.

Les quatre mers se séparent émues.
Des mains se serrent, se desserrent pour se resserrer encore
                            une dernière fois.
Tant qu'au Jardin de la Mer du Nord croîtront des Fleurs
                            fraîches et belles
Les poèmes pourront se joindre et les poètes tisser le grand
                            lien d'amitié.

Cầm Thông

"Dans deux ans", se promettent les mers et s'engagent les fleurs.
Les mers demeurent calmes, attendant la nouvelle de la saison florale annoncée par le vent.
L'Automne des Rencontres jamais ne vieillira;
Les quatre mers, une fois de plus, mélangeront leurs eaux en une seule teinte bleue.

Le parfum de la Poésie perdurera, embaumera pour toujours.
Les fleurs: orchidée, chrysanthème, amarante, violette [3], déploieront leur blanc, leur jaune, leur rouge, leur noir.

Ghi chú của N.K.   Editor's notes

[1] Ở đây chúng tôi nghĩ trong nguyên tác chỉ có 3 tên hoa phổ thông, nhưng có đến 4 màu, đó là hoa lan (trắng), hoa cúc (vàng), hoa hạnh (hồng) và một loài hoa (hạnh) mà tác giả chỉ nhắc đến màu - nâu. Có lẽ các dịch giả đã gặp khó khăn tại nhóm chữ "hạnh hồng, nâu" và cho rằng hạnh hồng là pink cherries / rouge amarante - (hạnh) đào, và thêm vào purple violets / noire violette để "dịch" chữ "nâu". Đúng ra tác giả đã gọi loài hoa thứ tư này là hạnh, màu nâu - chúng tôi tin rằng đó là hoa anh túc. Có thể nhận xét thêm bốn màu hoa gợi lên 4 màu da: trắng, vàng, đen (nâu), và đỏ (hồng).

[2] We believe in the original, the author named only 3 common flowers, each with its particular color: yellow chrysanthemum, white orchid, and rosy cherry, while mentioning the fourth one (also cherry) only by its color, "brown". This must have caused the translators some difficulty in rendering the poem. We also believe that the fourth flower, brown cherry, was actually oriental poppy - a commonly known member of which is opium poppy. The four colors suggest different complexions of the human races.

[3] Dans l'œuvre originale, l'auteur n'a cité que trois fleurs communes, chacune avec sa couleur particulière: le chrysanthème jaune, l'orchidée blanche, et l'amarante rouge, tandis qu'il n'a mentionné la quatrième que par sa couleur, "noire" (plutôt "brune"). Cela a dû causer quelques difficultés aux traducteurs pour restituer le poème. Nous pensons que la quatrième fleur, rendu violette noire, était en fait le pavot à opium. On peut en outre remarquer que les quatre couleurs évoquent quatre teints de peau: blanc, rouge (rose), noir (brun), et jaune.

Mộng Trắng Thơ Vàng Tóc Bạch Kim trang 24   *Vũ Hoàng Chương*

Đêm Đông

Ngõ nhớ hoa vàng gác nhớ trăng
Chiêm bao rợn tuyết gối ngờ băng
Sương vây bể xám lòng hoang đảo
Nằm hấng thơ mưa độc vận bằng
Phới gót mùa sen về ẩn hiện
Giữa đôi hàng chữ sách Khiêu Đăng
Xôn xao vò nậm bừng hương cúc
Thu nhập hồn men cựa đó chăng

Winter Night

The lane misses yellow flowers, the storey languishes for moonshine,
Snowy shudders haunt the dream, the pillow icily frozen,
A sea of grey mist surrounding, the heart, a deserted island.
Oozing the rain-drops, a poem all made of feminine rhymes.
The heels of ebriety-season glides back, soft and floating
Between the lines of the book "Kindling lamp"[1]
Excited, in gourds and cruses wakes up the chrysanthemum scent,[2]
Is that Autumn, incarnated in the ferment's soul, who is stirring?

---

[1] "Kindling lamp" is the title of a Chinese book of Ghost stories.
[2] The Vietnamese used to perfume their alcohol with chrysanthemum-petals.

Cảm Thông

Bài Ca Dị Hỏa

Đêm hỏa táng trần tâm cõi đời nghiêng đổ
Thịt xương ôi! Nằm nhé, đất oan khiên
Trần cấu lâng lâng ngoài cửa mộ
Ta thoát hình nương khói bay lên

Bắc đẩu ngang trời bạch lạp
Mây chiều nghi ngút tòa sen
Khối kim ô bừng đỏ nén hương đền

Tịch mịch... Hỡi ơi cuồng dạ!
Say, ta đốt Thời Gian trong dị hỏa
Tro tàn nẩy thắm quanh bên
Ngai son trầm mặc, sầu Đông Á
Ngủ nụ cười rêu tượng Đế Thiên
Bóng oanh liệt Đồ Bàn Kim Tự
Ai hoài dâu bể tháp cô miên
Khoảnh khắc bỗng mang mang hồn gạch đá
Rụng muôn đời bi phẫn máu chim quyên

Bể xanh rũ áo tang điền
Tinh cầu trở gót
Quay về buổi mới khai thiên
Phất phới hư không, kìa muôn loài hỗn hợp
Trái đất ban sơ, này khối lửa y nguyên

Ta say, ta đốt
Ta nằm, ta quên
Và ta nhớ, thuở lòng ta lẫn một
Với Âm Dương đằm thắm ý giao duyên
Là đây ngọn lửa Đoàn Viên
Khói hương tiền sử bên đèn nao nao

The Magic Fire

Tonight... when the cremation of the earthly heart takes
                        place, and the world of mortals dislocates...
O! flesh and bones! Be lying here, under this cursed earth.
While impurities, at the threshold of the tomb, evaporate,
Escaping my carcass, with the smoke, I soar skyward...

Across the sky-vault, the Great Bear hangs, image of a church
                                           candle,
Spongy, evening-clouds open in Buddha's lotus-canopy,
Incandescent, the Gold Raven (Sun), the tip of an incense-
                                   stick in a temple...

Stillness! Alas! This fanatic night of *all*[*]
Drunk, I singe Time red-hot with the Magic Fire.
The ashes, in scarlet sparks, to four sides, are thrown
Forming a red throne, where, meditative, Asia's sadness lies,
Sleeping, the mossy smile on the statue of Bayon
                                       (Cambodia).
The Kmer tower, the Egyptian pyramid, those shadows of
                                       powerful times,
Mourning the successive changes, they sleep, alone...
In a twinkle, the souls of bricks and marbles are wakened,
In the moor-hen's throat, mourning blood-drops dry up
                                        forever[1]

The blue ocean, of its coat of mulberry-field, shaken[2];
Backward its cycle, the Earth's course alters,
Backward, it rolls, to the first day of Creation!

Floating in the void, look! Thousands of creatures blend.
The planet, in its first shape, a ball of fire remains.

I am drunk, I flame...
I lie, I forget the Present
I recall the time my heart made one same
With Yin and Yang, that intimacy so deep and grand!

This flame, this "Magic Fire" of Reunion
Between Prehistory's ashes and the lamp-side, has made a
                                                          connection.

[*] Bản tiếng Anh hiện có thiếu mất một hay nhiều chữ sau "... *night of*", bắt đầu bằng "*a...*" hoặc "*d...*", tạm đoán là chữ "*all*", dựa theo bản tiếng Pháp.

[1] The moor-hen, whose cry "quốc, quốc" is an onomatopœia for the word: "quốc" which means "country" in Chinese letters, is usually considered by the Vietnamese and Chinese poets as the symbol of a patriot mourning the loss of his country. The legend reports that the bird's cries are so regular and reiterated that it spits out drops of blood.
[2] The Chinese and Vietnamese men of letters regard the changes of Nature as having successive periods: an immense ocean may be alluvioned into a fertile field where people grows mulberry-trees, and the reverse may also be true.

Le Feu Étrange

La nuit, quand se consume le cœur de limon, quand l'univers
                              des mortels se désagrège,
O chair et os! Gisez ici sous cette terre maudite.
Tandis que les impuretés au seuil de la tombe s'évanouissent,
Fuyant la matière, avec la fumée, je prends mon essor vers le
                              ciel...

Là haut, la Grande Ourse est suspendue, cierge d'église.
Duveteux, les nuages du soir s'ouvrent, dais de lotus de
                              Boudha.
Incandescent, le Faucon d'Or (soleil), braise d'encens dans un
                              temple...

Sénérité - Hélas! cette nuit est fanatique entre toutes.
Ivre, j'embrase le Temps rouge et chaud du Feu Étrange;
Cendres et étincelles écarlates aux quatre vents sont
                              dispersées
En un rouge trône où gît méditative la tristesse de l'Asie.
Le sourire moussu dort sur la statue de Bayon.
La Tour Khmère, la Pyramide Égyptienne, ces ombres de
                              temps pleins de puissance
Portant le deuil de changements successifs, dorment
                              solitaires.
En un scintillement, l'âme des briques et des pierres se
                              réveille
Dans la gorge de l'oiseau des marais pleurent des gouttes de
                              sang desséchées à jamais[1].

Cảm Thông

L'Océan bleu secoue sa robe de mûriers[2];
Remontant son cycle, la Planète
En arrière roule vers le premier jour de la Création.
Ici flottant dans le vide, des milliers de créatures se mêlent.
La terre retrouve sa forme première: un globe de feu!

Je suis ivre, je flambe...
Je gîs, j'oublie le présent,
Et je me rappelle le temps où mon cœur ne faisait qu'un
Avec la terre et le soleil, cette intimité si profonde et si
                                          grande!

Voilà le Feu Étrange de Réunion
Flammes et effluves de la préhistoire se meuvent et tournent
                                      autour de la Lampe.

Notes de S. Kuhnen de la Cœuillerie.

[1] L'oiseau des marais qui crie "quốc, quốc" est une onomatonée pour le mot "quốc" qui, en caractères chinois, signifie "patrie", est représenté par le poète chinois ou Vietnamien comme un symbole de deuil patriotique, la perte de son pays. La légende dit que l'oiseau crie tellement pour cracher des gouttes de sang.
[2] Les poètes chinois et vietnamiens regardent les changements de la nature comme ayant des périodes successives: un immense océan peut être transmué en un bon champ où le peuple élève des cultures; et le contraire est également vrai.

Công Chúa Paris

Từ thu về ngọn gió may
Lướt mũi kim vàng thoăn thoắt
Xong rồi - cô thợ khéo tay
Chiếc áo thời trang đã cắt

Màu chuyển - đũa tiên vừa đặt
Cây cành thôi khoác thanh y
Từng phố đây từng chỗ ngoặt
Áo vàng Công Chúa Paris

Khách du có gã tình si
Quyết hái bàn tay Công Chúa
Ôi nàng đã thiết triều nghi
Lộng lẫy ngai vàng lá úa

Lệnh xuống bừng lên khúc múa
Trăm ngàn pho tượng hồi sinh
Nhịp với đồng vươn đá cựa
Mấy mùa vang bóng hiển linh

Hai mươi thế kỷ nghiêng mình
Hai chục Paris tròn mắt
Trái tim vàng của Đế Kinh
Họa điệu tình ca khoan nhặt

Ai bảo đồng kia lạnh ngắt
Ai rằng đá nọ trơ trơ
Từ đỉnh ba trăm thước sắt
Này nghe lòng Tháp vương tơ

Sông Seine vàng lượn đôi bờ
Xuôi xuống vàng Montparnasse
Ngược lên vàng Sacré-Cœur
Từng bậc từng cung đậm nhạt

Khắp nẻo vàng thu san sát
Ngai vàng Công Chúa nguy nga
Vương điện hoàng môn đế các
Chầu quanh vạn thuở không già

Khách du soi ngọn Đèn Hoa
Xem mặt Đô Kỳ Ánh Sáng
Nàng ơi - ngoài trái tim ta
Còn sính nghi nào xứng đáng

Nàng ngủ trong lầu Dĩ Vãng
Chỉ thu về mới hiện thân
Ta kiếp phi bồng phiêu đãng
Vì thu đứt ruột bao lần

Nàng mang vòng ngọc giai nhân
Ta - có vòng gai thi sĩ
Tìm nhau đã mấy trầm luân
Mới thỏa u hoài vạn kỷ

Rồi mỗi lần thu hội ý
Hoa Đăng lại vượt trùng dương
Tháp lại truyền tin báo hỷ
Cưới nàng Công Chúa Tây Phương

Princess Paris

Since Autumn's return... with the gusts of wind cooler,
Gliding her gold-needle, stitching, stitching fast.
That seamstress, with her most skilful fingers,
The stylish dress is cut out at last.

The colors wax... The magic wand no sooner has struck,
The trees, no longer green-dressed young ladies.
In each street, at each bend, on each track,
Yellow-dressed, Her Highness the Princess "Paris"

Among the tourists wanders a lover crazy,
Eager to seek out the hand of the Princess.
Amazing! She now holds her boudoir privy!
Radiant in her throne of mature leaves in yellowness.

Down her order sent, the great ball has started:
Hundreds, thousands of statues in resurrection.
With the bronze that stirs, the marble that fidgets,
Harmonize the glorious periods in apparition!

Twenty centuries bow low in veneration,
Twenty "arRONDissements" (wards) open "ROND" their eyes:
The Capital's gold heart beats fast in unison,
Scored with the melodious love-song that rises...

Who dares assert the bronze to be ice?
Who does pretend the stone impassive?
From the summit of iron, three hundred meters high,
Just listen! the yarns of his heart, the Tower weaves...

Gold, winding along the romantic Seine River,
Gold, downward to poetic Mount-Parnassus,
Gold, upward, as far as Sacré-Cœur...
Shades, hues, tones, here darker there lightest.

Ubiquitous, Autumn's yellow flows wide in floods,
The Princess' throne, indeed, is resplendent.
Royal palaces, Emperors' arches, Monarchs' castles,
                                            so sumptuous,
Around it, they crouch, for an eternity, unolden.

The visitor, with his Flowered-Lantern[1] heightened,
Peers nigh at the face of the "City of Lights".
My princess! Except for my heart golden,
Which gift for the nuptials could deserve to be nice?

Quiet, she slumbered in her castle of Past times,
Only to appear at the approach of Autumn.
With mine lot of tumble-weed, I roll and fly,
My entrails, because of Autumns, many times have been
                                                          broken.

She, wearing the jade-diadem of a pretty maiden,
I, wreathing the thorn-crown of a crazy poet.
For each other, we were seeking through incarnations,
Our eternal yearnings, only now, have met.

Thus, each time with Autumn, I confederate,
The Flowered-Lantern, once more, will cross the Ocean.
The tower, again, will emit banns and messages
For my Hymen with the Princess of Occident...

[1] Flowered-Lantern, title of the poet's book of poems: "Hoa Đăng".

Mộng Trắng Thơ Vàng Tóc Bạch Kim trang 34   *Vũ Hoàng Chương*

Princesse Paris

Depuis que l'automne est revenu, les rafales du vent frais,
Glissant des aiguilles d'or, cousant, cousant vite.
Cette lingère, de ses doigts habiles,
La robe de style est coupée enfin.

Les couleurs tournent... La baguette magique a caressé les
                                                        arbres;
Plus de longues robes vertes, jeunes filles!
Dans chaque rue, dans chaque courbe, dans chaque voie,
              vêtue de jaune son Altesse la Princesse Paris.

Parmi les touristes erre un amoureux fervent,
Avide d'obtenir la main de la Princesse.
Émerveillement! Elle préside maintenant son boudoir privé,
Éblouissante sur son trône de feuilles mûres dans son éclat
                                                        jaune.

En bas elle envoya ses ordres, et la grande harmonie s'élève.
Cent, mille statues ressuscitent;
Bronzes qui bougent, pierres qui s'agitent,
S'accordant à la saison glorieuse qui apparaît.

Vingt siècles s'inclinent bas en vénération.
Vingt arRONDissements ouvrant leurs yeux RONDS.
Le cœur d'or de la capitale bat vite à l'unisson du mélodieux
                                        chant d'amour qui s'élève.

Qui ose affirmer que le bronze n'est que glace?
Qui ose prétendre que la pierre est impassible?
Du sommet de trois cents mètres de fer,
Écoutez donc! la Tour tisse les fils de son cœur.

Càm Thông

Or, serpentant au long de la romantique Seine
Or, coulant vers le poétique Montparnasse
Or, grimpant jusqu'au Sacré-Cœur.
Ombres, couleurs, nuances, ici foncées, là plus claires.

Partout les flots jaunes de l'automne en larges torrents...
Le trône de la Princesse est vraiment splendide.
Palais Royal, Arc de l'Empereur, châteaux des monarques si
                                                    somptueux,
Autour de lui se blotissent pour une éternité, non vieillis.

Le visiteur, sa "Lanterne Fleurie" levée,
Dévisage la face de la Ville Lumière.
Ma Princesse! À l'exception de mon cœur d'or
Quel don serait assez beau, assez digne de t'être offert pour
                                                    les noces?

Paisible, elle s'endort en son castel du passé
Pour apparaître seulement à l'approche de l'automne.
Avec mon destin de mauvaise herbe, je roule et vole,
Mes entrailles, à cause de l'automne, bien souvent ont été
                                                    déchirées.

Elle, portant le diadème de jade des Belles
Moi, tressant la couronne d'épines des Poètes!
Tous deux nous poursuivons notre éternel élan l'un vers
                              l'autre à travers des incarnations;
Maintenant seulement nous nous sommes rencontrés.

Ainsi toujours avec l'automne je confère
La "Lanterne Fleurie" une fois de plus traversera l'Océan
La Tour, de nouveau, émettra des bans et des messages
Pour mon hymen avec la Princesse d'Occident.

Mộng Trắng Thơ Vàng Tóc Bạch Kim trang 36   *Vũ Hoàng Chương*

Ysa

Trang tặng nữ thi sĩ YSABEL BAES

Chén vàng men cháy những phong ba
Điên đảo ngàn phương giấc mộng ngà
Xanh tuổi trăng tròn xanh bát ngát
Trời xanh chết đuối mắt YSA

Nguyệt tỏ mười lăm chuốc chén đầy
Gió reo sóng múa vị đời say
Bước lên Nàng đón chào thi hứng
Mở trọn hương màu đôi cánh tay

Hồng nhạn truyền tin báo Hội Thơ
Mây bay trắng lụa ruổi vàng tơ
Bỗng dưng mái tóc nàng mê hoặc
Mây bỏ trời xanh tự bấy giờ

Sao cũng mê nàng Sao bỏ ngôi
Đông Tây há chịu mãi lìa đôi
Tao Đàn nhóm họp mùa thu ấy
Là đã Sâm Thương lửa bén rồi

Hôm mai vằng vặc mảnh tình ta
Giữa Hội Thơ riêng mở tháp ngà
Có phải hồng nghê cầu đã bắc
Hai chân trời nối bảy màu pha

"Lòng em là một cánh chim trời"
Mở sách Nàng ngâm giọng tuyệt vời
- "Ta cũng Bể Đông liều cất cánh
Tìm chim Bể Bắc đó Nàng ơi"

Cầm tay, Nàng bảo "Hỡi thi nhân
Mộng cũng như Thơ hẳn có vần
Hãy buộc lên trăng thuyền mật ngọt
Đôi ta chèo tới bến Siêu Chân".

Ôi, lời như ngọc ý như gương!
Bỗng mắt nàng xanh đến dị thường
Bờ bến Siêu Chân vừa thấp thoáng
Nổi trên gò má bập bềnh hương

Nét càng như đượm vẻ như lơi
Cặp mắt nàng xanh đến não người
Bờ bến Siêu Chân vừa đánh đắm
Ngàn thu vào sóng tóc đầy vơi

Giật mình - Đây sự thật phong ba
Đã xé tan tành duyên chúng ta
Thơ Mộng lìa đôi thuyền vắng ngắt
Quanh co lạc mãi nẻo Ngân Hà

Để mỗi lần trăng hiện dáng thuyền
Phương này tê tái giấc mơ duyên
YSA nàng hỡi, phương nào nhỉ
Thơ có còn say Mộng ảo huyền?

Bài thơ ta mở với trăng đầy
Khép lại bằng trăng khuyết ở đây
Diểu diểu nhất phương hề vọng mỹ
Sao mờ chênh chếch bóng đêm vây

Ysa

Dedicated to Ysabel Baes

In the golden chalice, the boiling ferment rouses waves and
winds,
Maddens the thousand points in their ivory dreams.
The "blue age" at full moon, that blue so unbounded,
In YSA's[1] blue eyes, the blue sky gets drowned.

In its fifteenth, the bright Moon, a chalice full offering,
Its winds cheer, its waves dance, saturate her with joy of
living.
Stepping onward, she welcomes the Muse's inspiration,
With all the perfumes and shades of her arms wide open.

A Festival of Rhymes, the news, by the swallow warned;
The Cloud flies, a strip of white silk and golden yarns.[2]
Suddenly, bewitched by the white-gold locks of her hair,
Since then, from the blue sky, the Cloud tears.

The Star, too, seduced, descends from its throne.
How could East and West live apart and stand alone?
That Autumn, when opens the Poetry-and-Star Festival,
Morning and Evening stars have their sparks kindled.[3]

Morn and Eve enlighten our pure romance,
Amid the Festival, the ivory-towers have gaped their fences.
Is it the rainbow which, from now on, is bridged,
Two horizons joined, and the seven colours mixed?

"My heart is the picture of a snowy Swan"
Opening a book, her voice delightful, she scans.
I, too, that bird of Eastern Sea who ventures his wings,
For the one of North Sea, I hazard my searching...[4]

My hand in hers, "O my poet!", she confides:
"Just as Poetry, Dream has its rythm and rhymes.
Let them be two oars for the honey *'barque of Moon'*,
To the wharf of Unreal, we shall row our sail full."

Alas! Her words are pearls, her idea a mirror!
Of a sudden, her eyes flash blue to a splendour.
The vision of "Unreal", in a twinkle, is appearing
Upon her cheek-bones embalmed with perfumes floating.

Her features the more lively, her look wheedling,
Her eyes, of a blue that turns fascinating.
The wharf of "Unreal" forever has submerged
A thousand years in the waves of her curls.

Startling... Here, the Truth, genuine winds and billows,
To pieces, our romance, they tear and they blow!
Parted... Dream and Poetry, deserted... the barque of
                                                    Honey!
In distress, it wanders, entangled in the mazy Milky...

And, any time, the Crescent, like a barque, appears,
In this part, I stay, repining that Dream so dear!
YSA, o you! in that remote place you are living,
Has your Poetry, to my foolish Dream, any sort of feeling?

Mộng Trắng Thơ Vàng Tóc Bạch Kim trang 40   *Vũ Hoàng Chương*

My poem, with a full moon, has been opened,
Now closes its lines in the shape of a crescent.
From that dim, dim part, I'm longing for a beauty,
While bleary stars, inky night, in this part, surround me.[5]

★ *Nữ-sĩ YSABEL BAES, tác-giả thi-tập " O ma jeunesse O ma folie", thuộc vào một dòng họ nổi danh của Bỉ-quốc về hội-họa. Nguyệt-san " Le Journal des Poètes" ấn-hành tháng Février 1960 tại Bruxelles đã xưng tụng rằng « Các họa-phẩm cũng như các thi-phẩm của cô đều chứa-chan cảm-xúc và có một vẻ trang trọng khác vời.» (Ses peintures comme ses poèmes sont chargés d'émotion et marqués d'une singulière gravité) — Lời chú của VŨ HOÀNG CHƯƠNG.*

[1] YSA: diminutive for Ysabel, also anagram for "SAY" (drunk) title of the poet's book of poems "SAY", thence his nickname.
[2] Cloud: Another tille of the same poet's book of poems "MÂY".
[3] The Vietnamese poetry symbolizes the "Morning" and "Evening" stars as two lovers suffering an everlasting separation. Sâm designs the West, Thương the East.
[4] Some folk-rhymes say:
    "To look for you, pretty girl, is just like to search for a bird.
    The bird is getting fed in the North-Sea, while the searching is directed toward
                                            the Eastern Sea."
They mean to express the difficulties encountered while discovering the woman of one's heart.
[5] Other folk-rhymes:
    "Sadly, I look at the slanting Morning star.
    O star! Of whom are you thinking to be that dim?"
Symbolizing a lover who longs for the woman of his choice.

Mây Sóng Tình Thơ

Trang tặng nữ thi sĩ YSABEL BAES

Tam ngũ thường nga bất nhiễm trần
Nhu trường uổng đoạn Vu San vân
Thi đàn xưng bá hoa xưng hậu
Bỉ quốc hà duyên đắc thử nhân [1]
V.H.C.

Đêm đêm Bắc Hải Thái Bình Dương
Hai chiếc bao lan dài nhớ thương
Mượn nguyệt cầu kia làm tín trạm
Mây tình lang gửi sóng tình nương

Ký hiệu truyền ra gợn nổi chìm
Mang theo từng tiếng đập con tim
Đàn vào hơi thở ai trinh nữ
Mộng trắng thơ vàng tóc bạch kim

Hai cõi chênh nhau một góc ngày
Trăng lên phương đó lặn phương này
Đôi ta chẳng thể cùng chung bóng
Mà tiếc vầng trăng đẹp tối nay

Ai gạt dùm ta trục địa cầu
Xiên về bên trái của châu Âu?
Để ta chung một vòng kinh tuyến
Khỏi bị Thời Gian chia rẽ nhau

Cuồng vọng mà thôi - giọt lệ tràn -
Thời Gian vẫn kết với Không Gian
Thành hai ngọn giáo tung hoành độ
Xé mãi lòng ta đến nát tan

Đành gây trầm gọi gió đông phương
Nổi lửa thần giao đốt dặm trường
Tâm sự phóng lên bờ Tĩnh Hải
Cho vầng trăng chuyển xuống Tây Sương

Cực tử màu chen sắc ngoại hồng
Ngàn tia sầu nhớ vút hư không
Băng qua nguyệt trạm về nơi ấy
Là gã thi nhân đã cháy lòng

Nàng cũng thi nhân có khác gì
Mắt xanh ngàn thuở lại hồ ly
Trái tim nàng chiếc thiên nga trắng
Đâu nỡ đành riêng để gã si

Cho nên trời Bắc Hải mây nao
Mỗi Thái Bình Dương lúc sóng trào
Hai ngả bao lan cùng họa nhịp
Mở vòng tay đón một ngôi sao

[1] Xin xem Hán Tự ở phần Phụ Lục. N.K. lược dịch bài thơ Hán Việt này như sau:
  Nguyệt đúng rằm, không bợn chút mây,
  Đắng lòng, thần nữ cũng co tay!
  Sắc ngang hoa hậu tài thi bá,
  Nước Bỉ vì đâu được báu này?

Cloud and Wave's Poetic Love

Dedicated to YSABEL BAES

Tu n'iras jamais plus sur ta planète
Ici tu es venu, ici tu resteras,
Mon cœur est un cygne
Et mes yeux sont de chat;[1]
Y. B.

Night upon night, of the North Sea and Pacific Ocean
Two balconies, opposite, with regrets sigh deep, deeper...
The Moon, that planet, borrowed as relaying-station,
Cloud-man-lover sends forth to Wave-lady-lover...

Emitted out, the signals, in up-and-down vibrations,
With them, is carried each throb of the heart molten;
Blended, tuning with the virgin's inhalations
Whose dream chaste-white, whose poetry golden, and hair
                                 white-golden (platinum),

Two worlds, with a quarter of a day's lag-time,
When rising over there, The Moon sinks right here.
We two, can never gaze at the same moonshine,
So that we repine tonight's moon so clear!

Who, please, for me, switches the axle of the globe,
Leftward, it comes, more inclined to Europe?
We both then live the same plane meridian,
Cruel Time, no more makes us too distant!

Insane ambition! O folly! Tear-drops spilling...
Time, Space, coldly and stanchly allying.
Ordinate, abscissa, sharply they form two spears,
My heart of a dreamer, they pierce, they tear...

Mộng Trắng Thơ Vàng Tóc Bạch Kim trang 44   *Vũ Hoàng Chương*

Reduced to kindle a benzoin-burner, the East-blast invoking,
That fosters the telepathy-fire, singeing short all distances.
To the Sea of Stillness are shot up my feelings,
Down the West-side, the Moon transmits my confidences.

While ultra-violet tints jostle with infra-red hues,
Thousands of regret-rays dash up in the void.
Once via the Moon-station, to that place, they are due,
Make known the poet's heart to have burnt and boiled.

Poetess, she is, how could she feel otherwise?
Her eyes, so blue, forever, a cat's are like,
Her heart, so pure, a snowy Swan remains,
How could she leave him, alone, to pain?

Everytime, then, the Cloud stirs in the sky of North Sea,
Everytime, the Wave rises high in the Pacific Ocean,
The two balconies, in concert, enter the harmony;
A single star, they welcome, their arms wide open.

---

[1] Bốn câu này rút từ bài Le Vieil Homme et l'Étoile (Ông Lão và Ngôi Sao) trong thi phẩm **Ô ma jeunesse Ô ma folie** (1959) của Ysabel Baes - có thể đọc toàn quyển cùng các bài do N.K. dịch sang thơ Việt trong **Tuổi Thơ Ơi Bồng Bột** do Hàng Thị xuất bản năm 2022, trong đó có phần dịch đoạn thơ này

> *Anh đừng trở lại hành tinh ấy,*
> *Đã đến đây rồi, hãy ở đây!*
> *Em, cánh thiên nga, lòng mãi vậy,*
> *Mắt em sẽ rọi sáng đêm dày.*

Nguyện Cầu

Ta còn để lại gì không
Kìa non đá lở này sông cát bồi
Lang thang từ độ luân hồi
U minh nẻo trước xa xôi dặm về
Trông ra bến Hoặc bờ Mê
Ngàn[1] thu nửa chớp bốn bề một phương
Ta van cát bụi trên đường
Dù nhơ dù sạch đừng vương gót này
Để ta tròn một kiếp say
Cao xanh liều một cánh tay níu trời
Thơ ta chẳng viết cho đời
Không vang nhịp khóc dây cười nào đâu[2]
Tâm hương đốt nén linh sầu
Nhớ quê dằng dặc ta cầu đó thôi
Đêm nào ta trở về ngôi
Hồn Thơ sẽ hết luân hồi thế gian
Một phen đã nín cung đàn
Nghĩ chi còn mất hơi tàn thanh âm.

Trong thi phẩm **Rừng Phong** (1954)

[1] Chữ ngàn nguyên là chữ nghìn
[2] Hai câu này nguyên thủy là
   Nói chi thua được với đời
   Quản chi những tiếng ma cười đêm sâu

Prayers

To this world, could anything be left by me?
There the Mountain with its rock crumbling.
Could anything, to this world, be left by me?
Here the river with its sand swelling...

Untiring tramp, since my early days of Reincarnation,
Ahead, Future in full dimness is plunged,
A glance backward, my eyes the stretch fathom,
Behind, Past in too great a distance is sunk.

Yonder, spreads wide the wharf of Illusion
Nearer, lies long the beach of Hallucination.
A thousand autumns reduced to but a twinkle,
The four points gathered to but a single.

O dust on the high road, I pray thee!
Mine heels, upon thee, I now just trample.
Even filthy or cleanest thou couldst be,
Let them not be, with thee, I sprinkle!

Alone, let me perfect my drunkard's life,
Being born and bound to play the gallant,
With a daring arm of such small size
I try to grip fast and down Heaven,

My poetry, I have neither aim nor pride
To address or dedicate to human creatures,
It can resound no single sob for Life,
Nor can echo any fit of laughters.

The incense from my heart's depth kindling,
Its fragrance evokes the sadness of my soul.
Too long an absence, I am now mourning,
Skysick, I pray, most stirred by Home's call.

Some night, when amidst a starry vault,
My Star mounts high his divine Throne,
My poetry forever gives up her cycle
And no more pursues her wordly circle...

Once my Lyre ceases up her echo,
And the song leaves up its agony,
What's the use of regrets and sorrow?
What could mean their: "To be or not to be"?

Tuyết Hận

Ngàn trùng Hy Mã Lạp Sơn
Tuyết dựng muôn đời nhọn hoắt
Ngàn đời Hy Mã Lạp Sơn
Gió táp muôn trùng dao cắt

Ôi lãnh cung nào bí mật
Ngươi vùi trên đỉnh bạc phơ
Nghe giọng cười ngươi cao ngất
Hàn tâm đến cả trăng mờ

Nhưng lòng sôi lửa ước mơ
Chẳng lạnh mười hai người đẹp
Mười hai ngọc cốt băng cơ
Ý sắt mà tay đúc thép

Nhìn xuống trần gian nhỏ hẹp
Đế thành Công xã kia chăng
Dãy dọc đường ngang khép nép
Li ti bụi cát sông Hằng

Nhìn lên sừng sững vách băng
Đe dọa càng thêm xui giục
Trường khu vạn lý sao bằng
Một thước chiều cao chinh phục

Hàn độ không ngừng xuống dốc
Theo đà mỗi bước đăng cao
Hơi thở như lùa gai góc
Làn da tưởng xiết gươm dao

Hỡi ơi trận lốc đêm nào
Ác liệt tả không còn chữ
Mảnh băng lưỡi sắc hơn bào
Đã cắt ngang đời hiệp nữ

Sơn nguy nguy hề nhất khứ[1]
Hai nàng mở lối tiên phong
Đã mất vào trang thảm sử
Ôi thôi bùn tuyết móng hồng

Kìa nghe lạnh đá ghê đồng
Hy Mã Lạp Sơn cuồng tiếu
Hận thay xương trắng vùi nông
Tuyết chẳng ngâm thơ bằng điếu

Lửa đóm canh gà lại thiếu
Chùm phương thảo nữa tìm đâu
Mệnh bạc hồn đơn phiếu diểu
Trùng trùng non bạc trăng thâu

Lung linh hoàn bội đeo sầu
Cá bạc Suối vàng ngơ ngẩn[2]
Không gian ví đủ bề sâu
Hãy lắng khúc ca "Trường Hận"

Chót vót trời Âu đất Ấn
Lời than "Kỳ nữ tráng du"
Một phút rời son rụng phấn
Dư hương để nức ngàn thu

Đây Người Thơ mộng Trang Chu
Nhẹ cánh tìm mai đỉnh tuyết
Đưa đường lên ngọn Cho-Oyu
Đã sẵn mùi hương diễm tuyệt

Lại sẵn cả vầng trăng khuyết
Cho ai làm cuốc trong tay
Núi vỡ băng lìa cửa huyệt
Ôi hồn Hoa có đành say

Mười phân cốt cách chưa gầy
Trong trắng ngọc còn nguyên khối
Tiếc thương nặng một bầu mây
Cánh bướm không còn cất nổi

Từ đó dìu nhau mở lối
Vào thăm Đồng Tử Tuyết Sơn[3]
Thập nhị nhân duyên cùng hỏi
Vì đâu Bướm xót Hoa hờn

Ghi chú của tác giả

Gần đây một đoàn thám hiểm gồm 12 trang nữ lưu Pháp, Bỉ, Anh, Thụy Sĩ và Ấn Độ đã thực hiện một cuộc tráng du đầy gian lao nguy hiểm: Họ tấn công đỉnh Cho-Oyu cao hơn 8.000 m, đỉnh núi thứ 6 của dải Hy Mã Lạp Sơn. Họ đã, sau 1 tháng trời thử thách, leo lên tới hơn 7.000 m. Chẳng may gặp một trận bão kinh khủng. Hai nàng đi tiên phong là Claude Kogan người Pháp, và Claudine Van Der Stratten người Bỉ, đều bị tuyết vùi mất tích. Đó là 2 nữ lang "cao nhất thế giới" theo lời xưng tụng của báo chí Âu châu.

[1] Núi chót vót, một đi không trở về.
[2] Claude Kogan có mang theo làm nữ trang một chiếc khánh bạc hình con cá, với chủ ý sẽ vùi trên đỉnh Cho-Oyu (như nhiều lần khác đã làm cái cử chỉ tượng trưng ấy trên nhiều ngọn núi cao tới 6.000 m ở Nam Mỹ). Không ngờ trong trận bão tuyết, đỉnh Cho-Oyu đã vùi chính người mang cá bạc đi vùi.
[3] Kinh nhà Phật dùng chữ Tuyết Sơn để gọi Hy Mã Lạp Sơn. Phật Thích Ca từng khổ tu ở đấy và Đồng Tử Tuyết Sơn là tiền kiếp của Ngài.

Hymn of Hatred of Snow

In a thousand waves stretches Mount Himalaya
The snow heaps, ten thousand years, needle-like pointed.
For a thousand years, stands imposing the Himalaya,
Its blasts, in ten thousand waves, cutlas-like edged.

Alas! What is that cold jail so deadly secret
Couldst thou inter upon the tops of peaks silver-white?
To hear thy laughters, so haughty and how ghostly wicked,
The dim moon's heart, even, grows chilled with fright.

Yet, their hearts boiling with the fire of Desire,
Coldness, by no means, can numb the dozen beauties.
Their twelve structures of jade, their skin as smooth as ice,
Iron, their will, and steel their arms should be.

A glance below... How the world looks trifling and tiny!
Is there, the Indian Mosque, and the Communes, yonder?
In length and width, the web plaits tightly,
All sizes, grains of sand on the beach of Gange river.

Upwards... massive and lofty, the rampart of ice towers,
The greater the menace, the stronger the incitement.
Ten thousand miles on flat road, the "march" is lesser
To one yard of snow, in altitude, they triumph.

Mộng Trắng Thơ Vàng Tóc Bạch Kim trang 52　　　　　　　*Vũ Hoàng Chương*

Unceasing, the Cold's degree, down the slope, has fallen,
Cadencing with each step they succeed to climb high.
Their breath, with thorns and pins seems molten
Their skin, hard whetted against swords and knives...

Alas! such an awful wind whirling that night!
To depict its terror, no proper words can be existing.
Keener than plane-blades, its splinters of ice
Cut asunder the flanks of women so daring!

High, high the mount, a travel, no return, once departing...
Two scouts, clearing the track, ahead they go,
Behind the page of History, tragically are vanishing.
O! On the spongy snow, only left the foot-prints of swallows.

Listen! The marble freezes, the bronze shudders with awe
At the satanic guffaw of Himalaya the ogre.
How mournful! Chaste bones buried so shallow,
Snow scans no orations nor says any prayers.

No glow-worms' lights, no grouses' crows, their death-place
                                                                                                             suffers
Where to be found those fragrant herbs trimming a
                                                                                                             cemetery?
Ungrateful destinies, their souls, forlorn, wander
Over the waves of silver rock, under the moon dim and tardy.

Cảm Thông

Glittering relics and jewels hang deep their melancholy
The silver fish[1] in the Golden stream[2] feels uneasy and
                                                       strange.
O Atmosphere! if thou hadst enough profundity,
Be thy ears lent to that elegy of endless complaint!

Aloft, from the sky of Europe, above the Indian land,
The wails of "uncommon Beauties" the "mount-climbers".
In a single minute, are dropped powder and rosy paint,
But their scent embalms and lasts a thousand years.

Here, the poet, like Tchang Tchou[3], the butterfly-dreamer,
His light wings soar, to the snow-tops, the blossoms seeking
On the way to the peak of Cho-Oyu[4], they flutter,
Where has hung a perfume so perfect and sweet-smelling.

Ready, a crescent-moon, on the sky is hanging.
For him to handle as a burial pickaxe.
Digs the rock crumbling, the glacier, on the grave, splitting
O souls of flowers! How could you so soundly relax?

Their structures ever remain sound and intact,
Chaste and pure, the whole block of jade unfailing,
With regrets and sorrow, the cloud feels heavy and black,
The butterfly, no more, can lift its minute wings.

Mộng Trắng Thơ Vàng Tóc Bạch Kim trang 54   *Vũ Hoàng Chương*

Since then, leaning against each other, the way opening
To visit Buddha, the Hermit of Snow-Mountain[5].
On the twelve causes and effects[6] of former lives inquiring:
What makes the butterfly pity and the flowers complain?

A group of 12 young ladies (French, Belgian, English, Swiss, Nepalese) had recently attempted a much perilous but how romantic excursion: they intended to climb to the peak of Cho-Ogu (over 8000 meters), one of the six highest peaks of the Himalaya range. They had succeeded to ascend as high as 7.000 meters when they met with a terrific sleet and avalanche. Two of them, Claude Kogan, French, and Claudine Van der Stratten, Bel- gian, who went ahead as vanguards, were eternally buried by the snow. They deserve the name of "highest women in the world", offered by the European press.

[1] Claude Rogan has brought with her a silver medallion in the form of a fish. It should be buried on the top of Mount-Himalaya, this, in memory of her deceased husband whom she met during a climb and later married. A like gesture had been done once on the top of Mount Salcantay, South America. This time, she has no opportunity to renew it. An avalanche buries her own self.
[2] A sort of Styx or Lethe in the Vietnamese poetry.
[3] Tchang Tchou alias Tchang Tzu was a Chinese philosopher and poet. He reported to have a dream in which he was changed into a butterfly. His dream took place so many successive nights that he wondered whether he was a man turned butterfly or just the reverse was truer?
[4] Cho-Oyu, sixth peak of Mount Himalaya (8.300 meters).
[5] Himalaya had been the place where Buddha lived as a hermit for six years, when he was 19 years old. Before his incarnation, he had also lived here. Snow-Mountain: Appellation given by the Book of Buddhism.
[6] The Book of Buddhism states a man's life as having six causes and six effects.

Bài Ca Bình Bắc

Kể từ đấy
Mặt trời mọc ở phương đông ngùn ngụt lửa
Mặt trời lặn ở phương đoài máu chứa chan
Đã sáu mươi ngàn lần...
Và từ đấy cũng sáu mươi ngàn lần
Trăng tỏ bóng nơi rừng cây đất Bắc
Trăng mờ gương nơi đồng lúa miền Nam
Ruộng dâu kia bao độ sóng dâng tràn...
Hãy dừng lại, Thời gian
Trả lời ta - Có phải
Dưới vầng nguyệt lạnh lùng quan ải
Dưới vầng dương thiêu đốt quan san
Lớp hưng phế xô nghiêng từng triều đại
Mà chí lớn dọc ngang
Mà nghiệp lớn huy hoàng
Vẫn ngàn thu còn mãi
Vẫn ngàn thu người áo vải đất Qui Nhơn?

Ôi người xưa Bắc Bình Vương
Đống Đa một trận năm đường giáp công
Đạn vèo năm cửa Thăng Long
Trắng gò xương chất đỏ sông máu màng
Chừ đây lại đã xuân sang
Giữa cố quận một mùa xuân nghịch lữ
Ai kia lòng có mang mang
Đầy vơi sầu xứ
- Hãy cùng ta ngẩng đầu lên hướng về đây tâm sự
Nghe từng trang lịch sử thét từng trang

Một phút oai thần dậy sấm
Tan vía cường bang
Cho bóng kẻ ngồi trên lưng bạch tượng
Cao chót vót năm màu mây chiêm ngưỡng
Dài mênh mông vượt khỏi lũy Nam Quan
Và khoảnh khắc đổ xuôi chiều vươn ngược hướng
Bao trùm lên đầu cuối Thời Gian
Bóng ấy đã ghi sâu vào tâm tưởng
Khắc sâu vào trí nhớ dân gian
Một bành voi che lấp mấy ngai vàng

Ôi Nguyễn Huệ người anh hùng áo vải!
Muôn chiến công một chiến công dồn lại
Một tấm lòng muôn vạn tấm lòng mang
Ngọn kiếm trỏ bao cánh tay hăng hái
Ngọn cờ vung bao tính mệnh sẵn sàng
Người cất bước cả non sông một dải
Vươn mình theo - dãy Hoành Sơn mê mải
Chạy dọc lên, thông cảm ý ngang tàng
Cũng chồm dậy đáp lời hô vĩ đại
Chín con rồng bơi ngược Cửu Long giang

Người ra Bắc oai thanh mờ nhật nguyệt
Khí thế kia làm rung động càn khôn
Lệnh ban xuống lời lời tâm huyết
Nẻo trường chinh ai dám bước chân chồn
Gươm thiêng cựa vỏ
Giặc không mồ chôn

Voi thiêng chuyển vó
Nát lũy tan đồn
Ôi một khúc hành ca hề gào mây thét gió
Mà ý tưởng lòng quân hề bền sắt tươi son

Hưởng ứng sông hồ giục núi non:
"Thắt vòng vây lại!" tiếng hô giòn
Tơi bời máu giặc trăng liềm múa
Tan tác xương thù ngựa đá bon

Sim rừng lúa ruộng tre thôn
Lòng say phá địch khúc dồn tiến quân
Vinh quang hẹn với phong trần
Đống Đa gò ấy mùa xuân năm nào

Nhớ trận Đống Đa hề thương mùa xuân tới
Sầu xuân vời vợi
Xuân tứ nao nao
Nghe đêm trừ tịch hề máu nở hoa đào
Ngập giấc xuân tiêu hề lửa trùm quan tái
Trời đất vô cùng hề một khúc hát ngao
Chí khí cũ gầm trong da thịt mới
Vẳng đáy sâu tiềm thức tiếng mài dao.
Đèo Tam Điệp hề lệnh truyền vang dội
Sóng sông Mã hề ngựa hí xôn xao
Mặt nước Lô Giang hề lò trầm biếc khói
Mây núi Tản Viên hề lọng tía giương cao
Rằng: "đây bóng kẻ anh hào
Đã về ngự trên ngã ba thời đại"
Gấm vóc giang san hề còn đây một dải

Thì nghiệp lớn vẻ vang
Thì mộng lớn huy hoàng
Vẫn ngàn thu còn mãi...
Ôi ngàn thu người áo vải đất Qui Nhơn!

Nay cuộc thế sao nhòa bụi vẩn
Lũ chúng ta trên ngã ba đường
Ghi Ngày Giỗ Trận
Mơ Bắc Bình Vương
Lòng đấy thôn trang hề lòng đây thị trấn
Mười ngả tâm tư hề một nén tâm hương
Đồng thanh rằng: "Quyết noi gương!"

Để một mai bông thắm cỏ xanh dờn
Ca trống trận thôi lay bóng nguyệt
Mừng đất trời gió bụi tan cơn
Chúng ta sẽ không hổ với người xưa một trận Đống Đa
nghìn thu oanh liệt

Vì ta sau trước lòng kiên quyết
Vàng chẳng hề phai đá chẳng sờn

Quang Trung
Hoàng Đế
tranh Triều Minh

Cảm Thông

Epopee of North-Pacification

Since then...
The sun rose, on the East, blazing with fire,
The sun sank, to the West, flooding with blood
There have been sixty thousand times,
Since then... also sixty thousand times;
The moon shone bright upon the North's trees and forests
The moon glowed dim above the South's fields of rice.
That field of mulberry, so many times, by the ocean
                                              everflooded...

Halt up! O Time!
Answer me! Is it that:
Beneath the moon-vault, stands cold the frontier-gate.
Under the sun-dome, burns hot the road of miles long
Climaxes and declines, many a dynasty, have overset.
Only that noble spirit to fight far and wide,
That huge career of greatest magnitude
Will, for thousands of Autumns exist?
For thousands of Autumns, will exist the stuff-clad of
                                               Qui Nhơn...

O! Hero of old! The North-Pacifying Emperor!
One battle of Đống Đa, the offensive from five ways
                                              concentrated.
The five gates of Thăng Long (the capital) with bullets hissing
                                                    over;
White, the knoll, with bones heaped; red, the river with
                                            blood coagulated.

Mộng Trắng Thơ Vàng Tóc Bạch Kim trang 60   *Vũ Hoàng Chương*

Now, Spring has come back again,
Right on our homeland, this Spring, we feel rather strange.
O you, man! If your heart now feels afflicted
If, in you, surges a deep homesickness,
Be with me, raising our heads, direct here your feelings,
Let's hear each page of History, each page shouting...

For one minute, the Genius' prestige rose in thunder
The foreigners' souls were vanished forever!
That shadow of Him, seated on the white elephant
Beheld by five hues of clouds from the lofty heaven.
Immensely long, the gate of Nam Quan, it surpassed,
And fell long to Future, stretched up to cover Past
Wrapping Time from head to end;
That shadow, in each heart is nailed,
Deep engraved in each people's memory
One dais on an elephant blurred out golden thrones of
                                                                dynasties!

O, Nguyễn Huệ, the hero with a stuff tunic!
Thousands of feats gathered to a single one,
One single heart to bear scores of thousands!
A pointing of your sword, all arms grew energetic,
A flutter of your pennant, all lives turned propense...
You stepped forth, the whole stretch of land and rivers,
Stirred behind... The range of Hoành Sơn, fascinated,
Ran lengthwise, comprehending your noble ardour.
Crouching up, also responding the war cry shouted,

Nine dragons swam upward the Mekong river
                              (Nine-dragon River).
You went North, your Fame blurred Sun and Moon
Your prestige shook hard the universe of things.
Your commands, those very words from your soul,
On the long road of War, whose pace dared flinch!
Your sacred sword, once stirred in its sheathe
The enemies had no space for their graves!
Your sacred elephant, once heaved its feet
Ramparts were crumbled, camps were shaved!
O! An epic march-song, lo! The clouds howling, the winds
                                         roaring!
The commander's spirit, the warriors' gaith, lo! steel-hard,
                                  vermilion dyeing!

Responding the appeal, rivers and lakes urged mounts
                                       and hills!
"Tighten the siege!" Their war-cry loudly clanged,
Spilling the foes' blood, the sickle-moon wheeled,
Scattering the foes' bones, the temple's stone-horse
                                         pranced...

Forests' gooseberries, fields' rice hamlets' bamboos,
Drunk in the massacre, to the urging notes of the
                                       march-song.
"Glory" and "Misery" had had their rendez-vous...
At Đống Đa, this knoll, to that year, the Spring belonged!

Mộng Trắng Thơ Vàng Tóc Bạch Kim trang 62   *Vũ Hoàng Chương*

Reminded of Đống Đa battle, lo! Pity on this coming Spring;
Boundless, the Spring's melancholy.
Excited, the Spring's impressions:
Listening in the dark New Year's Eve, lo! Peach-flowers
                                        bloom blood-red
Haunting the spring-slumber, lo! Flames lick over the
                                        frontiergate
Endless sky and earth, lo! reduced to one piece of song.
The former spirit is now roaring in new skin and flesh,
From the depth of souls echo up sounds of cutlasses
                                        whetting.
From the dales of Tam Điệp (three echoes), lo! Three times
                                    resound the commands,
From the waves of Mã-river (horse-river), lo! Confused
                                    sounds of horses neighing,
On the surface of Lô-river (incense-burner) lo! Volutes of
                                    benzoin-smoke ascend
The clouds on Mount Tản Viên (parasol-mount) lo! In a red
                                    parasol are opening!
In a chorus, they shout: here, the shade of a gallant
Has come back to reign over the junction of times.
Brocade and silk, lo! Here remains a whole strip of land.
The longer it remains, that glorious and huge career,
That magnificient and noble design
Will, for thousands of autumns exist.

O, for thousands of autumns will exist the stuff-clad hero of
                                          Qui Nhơn!
Why the present world to be troubled with dirt?
We, descendants, stand amid many roads crossing,
The anniversary of the battle, respectfully we mark
Of the North-Pacifying Emperor, proudly we are dreaming.
There hamlets and villages, lo! here, markets and cities,
From ten roads of the country, lo! we burn but one stick of
                                          our souls
Unanimously, we do pledge: His mirror, we are firm to
                                          reflect!

So that, one day, when flowers are gorgeous, the grass soft
                                          and green
And they sing: war-drums no more shake the Moon's
                                          shadow,
The sky and earth are cleared of dust and winds.
Not shameful, we'll be, toward that ancestor whose battle of
     Đống Đa, for thousands of Autumns, made him a hero.
As we were, are, and shall be forever decided
To preserve the stone unworn and the gold unfaded...

This poem refers to Nguyễn Huệ, surnamed the Pacificator of the North, who later proclaimed himself Emperor Quang Trung, founder of the Tây Sơn dynasty (1789-1802). This hero of the Vietnamese people led his armies Northwards, annihilated the Manchurian invaders and won a brilliant victory in the capital of Thăng Long (Hanoi). It was during the spring of 1789 and up to the moment the poet Vũ Hoàng Chương composed this epic poem, sixty thousand days had elapsed.

Mộng Trắng Thơ Vàng Tóc Bạch Kim trang 64   *Vũ Hoàng Chương*

Gửi Tặng

Mùa lạnh đã về kia - Ai chiến sĩ
Áo nhung trao mỏng mảnh ấm gì chăng
Ngùn ngụt bãi sa trường lên tử khí
Đàn quạ đen bay rợp bóng cô Hằng

Nắm xương vụn ướt đầm hơi giá rét
Vũng máu loang đọng thắm nỗi oan thù
Kẻ bị dấu nằm co bên xác chết
Rùng mình nghe gió lọt kiếp chinh phu

Tiếng vạc canh sâu hồn ai gió thổi
Rừng xanh xanh ải tối nhọc đi về
Lửa đóm chòi cao mặt ai trăng dõi
Thoáng mơ hồ in bạc nét sương khuya

Đau đớn nhỉ - áo Nàng Bân chậm gửi
Trời quan san ảm đạm khói mờ mây
Những tay ngọc - sao còn chưa dệt cửi
Đã lâu rồi trống trận nguyệt lung lay

Ôi những kẻ mài gươm từng đã sắc
Lưỡi gươm kia há sợ lưỡi dao hàn
Sao vẫn thấy trôi về trong gió Bắc
Tự muôn đời rên rỉ tiếng than van

Còn ai đó ngồi vui quanh lửa ấm
Chuyện thế gian thời cuộc nở thâu đêm
Có giây phút cảm thông ngoài vạn dặm
Mơ ai về chia sẻ gối chăn êm

Ta - hàn sĩ nửa đời luân lạc mãi
Xót cho ai cùng lạnh giấc tha hương
Đây nhàu lấm vạt áo xanh quằn quại
Đấy chinh bào thôi cũng ướt đầm sương

Bông ấm áp vải dày ta chẳng có
Để dâng ai chung một hội một thuyền
Ta rút mối tơ lòng van với gió
Gửi giùm đi tạm chút gọi là duyên

A Present

There comes the cold season; o combatant!
Can your frail uniform afford warmth to you?
From the battle-field, death-vapors rush to heaven,
While flying crows screen out the Moon's halo.

Beside chips of bones all soaked with numbing steam,
And blood, in puddles, coagulated with hatred and
vengeance,
Against inanimate corpses, the wounded coil and wince,
Sensing the cold blasts infiltrate their lots of combatants!

Bitterns' cries in the tardy night... whose manes blown by
the winds
Who, between jungle and frontier, drag on and back with
fatigue?
Upon the glow-worm lit posts, at whose face peer the
moonbeams
And vaguely, are printed the silver strokes of night-haze?

O pains! Why is the girl Bân's[1] vest too long to be sent?
Here, the frontier's sky looks dreary with smoke and clouds.
Why those looms are not yet worked by alabaster hands?
A long time since, the Moon shook at war-drums' sounds[2]

Alas! those warriors who, many a time, sharpened their
swords!
How could their blades be frightened by the Cold's knife?...
Why then, floating along with the wind of the North,
Heard always the complaints and wails since former times?

Cảm Thông

And those people who sit around a cosy and warming fire
To chatter on times, events, for the length of a whole night.
Have they, for a second, conveyed their thoughts to distant
                                                    warriors.
And dreamed to have them here, sharing blankets and
                                                    bolsters?

I, humble poet, for half my life, a tramp, I wander,
Pity you, man, who suffers the exiled's same cold slumber.
Here, in my rumpled and dusty green robe[3], I wrest,
There, your war-tunic, not better, with dew is all wet.

Some mellow cotton or thick stuff, I am now unprovided
To offer you, o! dear consort of my destiny!
The yarns of my heart I pull, and the wind I supplicate
To send them you, a meagre present for our amity.

[1] *The girl Bân: a sort of Penelope in the Viêtnamese legend. With all her love, she knitted a woollen vest which was to be sent to her husband. She was so intent upon her work that once her vest done, Winter had elapsed. Disappointed, she wept bitterly, and, by way of rewarding her fidelity, God had created a return of cold weather. Thence, the sudden revival of cold weather which often takes place in lunar March (North Vietnam) is called by the Vietnamese: "The girl Bân's cold".*
[2] *Chinese legend: the watch-posts alongside the "Great Wall" beat their respective drums to give the alarm at war-time, and their sounds shook even the moon...*
[3] *Green robe: symbol of a poor student in Chinese letters of old.*

Hoa Sen

Kiều trang phơi phới gót thanh tao
Đưa đón thời duyên mặc lý đào
Nhụy một khuôn vàng gương náu bụi
Cánh ba tầng ngọc tháp vươn cao
Lòng kia vẫn thẳng dù vương vít
Hương ấy càng xa lại ngạt ngào
Biết mặt gió xuân từ mấy độ
Mà hoa quân tử ý chưa trao

White Lotus

Its beauty graceful, its heels delicate and noble;
Leaving the prune and peach flowers to deal with fashionable
romance.
Its pistil, a golden frame, from the world's dust nestled,
Its petals, three coats of jade; in an obelisk they ascend.
Its heart ever upright, though stinging yarns still glue,
The farther it stays, the more embalming grows the incense.
With the face of Spring's winds, so many times in view,
The philosopher has not let its ideas unveiled...

Note of Translator

After the books of old, the lotus is the noblest of flowers, as it grows amidst fetid slime without being contaminated by the bad smell. The poets used to compare their humble but honest lives with the parity of a lotus which blooms in Summer, then, not entailed by the other flowers coveting the fashionable grandeur of Spring (2). The lotus is excepted from the dirty world-dust (3), shuts itself inside an "ivory tower" (4), owns an upright but not less sensitive heart (as its stem is straight and has sticky elements when broken) (5), emanates a renowned incense that spreads far and wide (6), and, philosopher-like, does not accept to commune with the first comer (spring-winds) (7-8).

Con Tàu Say

Khói tuôn mờ trắng đêm sâu
Men rừng say một con tàu ngả nghiêng
Lắng tai nhịp sắt liền liền
Đường sương nổi dậy ưu phiền dưới chân
Còi khuya vọng mãi tiếng ngân
Lao đao núi thẳm cây gần tương tư
Tha phương đã réo mong chờ
Con tàu luân lạc đêm mờ còn say
Rượu ngon chở mấy toa đầy
Bánh xe muôn dặm còn ngây hương rừng
Giữa đêm cây núi chập chừng
Non sông chếnh choáng biết dừng nơi nao

The Tipsy Train

The smoke spouts, dimly whitening the late night...
Drunk with forest-ferment, a train staggers,
The metal cadence resounds, regular and high,
Beneath the wheels, from the dewy road, Sorrow clambers.
The tardy whistle prolongs its echo far and wide,
Distant mountains, nearby trees, feel love-sick and totter.
While Remoteness is ebullient and burning in expectation,
The tipsy train, here, wanders in the pitchy night.
Though its carriages, with good wine, are fully laden,
Its wheels still linger, ravished by forest's delight.
In the heart of night, beside mounts and trees in nutation
And Nature rocking, where best to halt its flight?

Tình Quê

Đồng quê tự khép riêng trời đất
Riêng với lòng quê mở sắc hương
Tối đến con trăng làm dáng nhất
Khi cài lược bạc lúc soi gương

Có cây đa ấy tự nghìn năm
In bóng lên trăng mỗi tiết rằm
Có cả bầy sao mê ả lúa
Đêm đêm dẫn cưới vạn đôi chằm

Sao đọng kim cương sáng ngập bờ
Lúa thì con gái mượt như tơ
Gốc đa cổ thụ duyên còn đượm
Và cái trăng vàng quá lẳng lơ

Đầu thôn cuối xóm ngát hương đồng
Nghe đất trời vang nhạc cảm thông
Trinh nữ dăm ba cô má đỏ
Trăng sao đầy gối ước mơ chồng

Country Love

The countryside immures a universe of its own,
To rural hearts, only, exposes beauty and perfume.
Stylish Lady Moon, most "coquette" at nightfall,
Now pinning a silver crescent-comb, now mirroring herself
in full.

Yonder banyan-tree that have been since a thousand years
Each fifteenth night, its shadow, upon the Moon printing.
That group of stars, of the rice-girls are mad lovers,
Nightly convey nuptial-gifts, ten thousand pairs of ear-rings.

Stagnant stars, in diamonds, illuminate the field-borders;
Sapping young plants look so sleek and velvety.
The secular banyan's love remains deep and tender,
And that Golden Moon, as ever, appears too spoony.

From village-head to hamlet-end the fields' fragrance rises,
Amid earth and sky resounds the "Music of Communion".
A few country maidens whose rosy cheeks blush peach-like,
On star-and-moon lit pillows, lie dreaming of a husband.

Thi Tuyển
Poèmes Choisis

*thủ bút Vũ Hoàng Chương đề tặng Ysabel Baes
trên một ấn bản đặc biệt của thi phẩm **Thi Tuyển** (1963)*

> à ma très chère
> amie Ysabel Baes
> en témoignage de
> mes sentiments
> les plus cordiaux
> et toujours les
> mêmes.
>
> Saigon 7/6/63
>
> *(chữ ký)*

"về YSA quyển này
là vật báu tình SAY
tự đáy tim nồng cháy
chẳng bao giờ đổi thay"

N.K. phỏng dịch

Préface

Ce m'est une grande joie de présenter en quelques mots l'œuvre du poète vietnamien VU-HOANG-CHUONG[1]. Je m'y sens relié secrètement; et en rédigeant ces lignes je revis intensément ce moment de ma jeunesse, où rêvant d'une sorte d'Orient idéal, je composais de toutes pièces la "Traduction d'un vieux poème oriental", d'un poème oriental qui n'existait que dans ma tête, il y a de cela près de quinze ans. Depuis j'ai essayé, dans la mesure du possible, de mieux comprendre ce qui fait la vérité d'une civilisation que nous avons trop souvent en Occident le tort de méconnaitre ou, ce qui est pire, l'arrogance de sous-estimer.

Voici donc une poésie tout accordée aux grands rythmes et aux intentions profondes du Cosmos; une poésie où l'on sent respirer la Terre et vibrer les étoiles toutes proches, si proches qu'elles palpitent dans le cœur de l'homme; une poésie chargée de nostalgie pour un passé terrestre glorieux et traversée du désir tenace de retourner aux origines d'un monde énigmatique.

Mais ce qui me séduit peut-être davantage encore dans cette œuvre, c'est qu'à travers elle et sa signification collective, je vois immédiatement le poète lui-même, l'homme qui a nom VU-HOANG-CHUONG et que je ne connais justement que par sa poésie. Toute une psychologie si par ce mot nous entendons la vie de l'être dans ses mouvements les plus personnels et les plus significatifs - s'offre à nous dans ses contradictions et ses redites, ses enchantements et ses révoltes. Les images du poème témoignent de ces pulsions de l'être aux prises avec le destin:

Je perçois en moi-même la présence des astres,
dit VU-HOANG-CHUONG, mais aussi:

Je voudrais brûler le monde au fourneau de ma pipe.

Cet amour immense et pathétique pour un univers qui ne serait qu'harmonie et beauté conduit à ces grands tourments de l'âme face aux laideurs et aux désordres de l'existence quotidienne. Or je pense que c'est précisément dans ce domaine que l'Orient peut nous enseigner quelque chose parce qu'il a encore conservé, dans un recoin de son cœur, cette image idéale qui devrait servir de modèle aux tentatives que nous faisons pour agencer et parfaire la réalité journalière.

Dirai-je affectueusement à VU-HOANG-CHUONG, en réponse au cri qu'il lance dans son poème "Évasion":

Nous sommes une poignée qui en
naissant nous sommes trompés de siècle,

que l'homme ne se trompe jamais de siècle en naissant et qu'il choisit toujours le moment de son apparition sur Terre. VU-HOANG-CHUONG, poète vietnamien, le sait mieux que quiconque et c'est pourquoi il chante en plein vingtième siècle son espoir d'un monde irradié de Poésie.

Me permettra-t-on, pour mon propre plaisir, de citer encore quelques vers, par exemple ceux-ci empruntés au curieux poème intitulé "Naissance".

> *Le chapeau sur la lettre A*
> *Est un oiseau qui vole à la renverse*
> *Sur un ciel de papier d'une immense blancheur.*
> *L'océan s'empresse d'y tracer une ombre*
> *Et l'oiseau, dans son vol, entraine le nuage.*

Voilà qui est bien dit. Et l'on ne sait plus si l'on est en présence d'une traduction ou d'un poème français dans son original, tellement la courbe rythmique du vers s'adapte au mouvement des êtres. Il faut louer la traductrice, elle-même poète belge réputée, Simone Kuhnen de La Cœuillerie[2], de nous avoir rendu la poésie de VU-HOANG-CHUONG dans sa signification profonde et sa musicalité suggestive. M'étant attaqué moi-même à diverses reprises à la lourde tâche de l'adaptation poétique je puis témoigner de la longue patience et du talent artistique dont a dû faire preuve Simone Kuhnen de La Cœuillerie pour capter l'impalpable secret des mots. Mais nous connaissions déjà ce talent et le lecteur sera sans doute heureux de retrouver dans le volume que j'ai l'honneur de présenter quelques pièces extraites de TANNKAS ET HAIKAIS et autres ouvrages de Simone Kuhnen de La Cœuillerie.

En terminant je voudrais saluer les deux poètes et leur dire toute notre gratitude pour ce beau livre qu'ils nous offrent; je voudrais les saluer fraternellement en empruntant à l'une de mes œuvres encore inédites ces derniers vers qui s'adressent au Poète éternel, à celui qui de son temps est le Témoin, à celui qui offre au monde sa méditation solitaire et brûle

comme émeraude à la bague du Ciel
comme Orphée en délire
descendu aux Enfers
ramenant dans ses bras son amour saccagé
pour donner à chaque aube
un soleil tout pétri de jeunesse et d'espoir
ô poète incarnant par la bouche du Dieu
le splendide héliotrope du Verbe.

André GUIMBRETIERE
Professeur
à l'École Nationale des Langues Orientales Vivantes, PARIS

(Notes du préfacier)

[1] VU-HOANG-CHUONG est né en 1916 au Nord Vietnam. Ancien élève du Lycée Albert Sarraut à Hanoi il étudie le Droit en 1938 puis les Sciences en 1941. Il publie dès 1940 son ouvrage THO-SAY (Poésie Grise) en 1943 MAY (Nuages) et diverses poésies dramatiques en 1944.

Il fonde une troupe de tragédiens amateurs qui joue jusqu'en 1945 à Hanoi qu'il doit quitter pour la province où il séjourne et enseigne jusqu'en 1950. Rentré à Hanoi il poursuit sa carrière de professeur jusqu'en 1954, date à laquelle il se fixe à Saigon. Il enseigne dans divers collèges de cette ville.

Deux de ses drames TAM SU KE SANG TAN et THANG CUOI sont mis en scène à Hanoi en 1951. Il publie RUNG PHONG (Forêt d'Automne) en 1954 à Saigon, HOA ĐANG (Lanterne-Fleurs) en 1959 et CAM-THONG (Communion) en 1960. Son ouvrage le plus récent a pour titre LE COEUR DE LA BELLE et pour sous-titre LES 28 ETOILES (les 28 syllabes de chaque poème): VU-HOANG-CHUONG y traite des mythes de la préhistoire de l'Asie et du Vietnam ainsi que des mythes de l'âge atomique.

(Cf. l'allocution prononcée le 16-10-61 au Press Club de Saigon par PHAM-VIET-TUYEN, secrétaire général de l'International PEN centre Vietnam)

[2] Simone Kuhnen de La Cœuillerie a fait paraître successivement à Paris et à Bruxelles POEMES DU DESESPOIR, PAYS D'OUEST, TANNKAS ET HAIKAIS, DU NOUVEAU SUR LES ETOILES, AUDI VOCES SILENTII (tous ces ouvrages illustrés par S. BOMHALS) LE BESTIAIRE HUMANISE, FLEURS EN GUIRLANDES TRESSEES, PECHE A LA LIGNE EN MES VIVIERS (aphorismes).

Elle a adapté en français un certain nombre de poèmes de VU-HOANG-CHUONG, en particulier le recueil LES 28 ETOILES.

Bản Dịch Bài Tựa

Viết mấy hàng giới thiệu tác phẩm của thi sĩ Việt-Nam VŨ HOÀNG CHƯƠNG đối với tôi thật là một niềm vui lớn. Tôi cảm thấy có những sợi dây huyền nhiệm ràng buộc tôi vào công việc này, và khi hạ bút, tôi nghe như cả một thời niên thiếu đang mãnh liệt hồi sinh, cái thời mà, hằng mơ ước một phương Đông lý tưởng, tôi đã bịa đặt hẳn ra để tạo tác "Bản dịch một bài cổ-thi Đông-phương", một bài cổ-thi chỉ có trong đầu óc tôi, mười lăm năm về trước. Từ đó, tôi gắng sức tìm cơ hội đào sâu thêm vào cái yếu tố nó cấu thành chân lý của cả một nền văn minh mà rất tiếc rằng Tây-phương chúng ta không chịu biết đến, hoặc đáng tiếc hơn nữa, lại tỏ ra ngạo mạn coi thường.

Vậy thì đây: một áng thơ mang trong mình nó những nhịp điệu hết sức cao xa, và những tình ý cực kỳ sâu kín của Vũ Trụ; một áng thơ mà ở đấy người ta nghe rõ hơi thở của Trái Đất, niềm rung động của các ngôi sao rất gần, gần đến nỗi chúng hồi hộp ngay trong trái tim mình; một áng thơ chứa chất lòng hoài niệm về một dĩ vãng trần gian lòa chói vàng son, và nổi dậy tung-hoành cái ý hướng quyết liệt trở lại tận nguồn gốc một thế giới huyền bí.

Nhưng điều quyến rũ tôi có lẽ còn hơn nữa trong tác phẩm này, là xuyên qua nó và cái ý nghĩa bao-quát của nó, tôi nhìn thấy được tức khắc chính con người tác giả, người mang tên VŨ HOÀNG CHƯƠNG mà tôi chỉ quen biết bằng thi-phẩm. Nếu chúng ta hiểu danh từ "Tâm lý" theo nghĩa đời sống của con người trong những thể hiện cá biệt nhất và có ý vị hơn cả, thì đây, cả một "Tâm Lý" đang tự phô bày với chúng ta qua những trái ngược, những quanh co, những mê-say ngây ngất, những căm phẫn tơi bời. Những hình ảnh trong tập thơ này đã minh chứng nét dao động của con người giữa cuộc xung đột với Số Mệnh.

  Ta nghe tiềm thức trăng sao

VŨ-HOÀNG-CHƯƠNG đã bảo thế. Nhưng ông cũng bảo:

  Tình đời gươm những muốn kêu
  Việc đời toan những lửa thiêu men vùi

Tình thương bao-la và bi-tráng gửi vào một vũ trụ thuần-nhạc thuần-mỹ đó dẫn dắt tới những thắc mắc lớn của tâm hồn đối diện với những xấu-xa hỗn-loạn của cuộc sống thường nhật, và theo tôi nghĩ, chính ở lãnh vực này Đông phương có thể còn dạy chúng ta một bài học, vì nó còn giữ được tận đáy lòng cái hình ảnh lý tưởng đáng dùng làm khuôn mẫu cho những toan tính của chúng ta nhằm chỉnh-đốn và kiện toàn nhịp sinh hoạt thực tế.

Để đáp tiếng kêu gọi của VŨ HOÀNG-CHƯƠNG trong bài PHƯƠNG-XA:

  Lũ chúng ta đầu thai lầm thế kỷ

Tôi muốn gửi đây một lời thân mến rằng: con người chẳng bao giờ chọn lầm thế kỷ lúc đầu-thai, và nó luôn luôn chọn đúng lúc để xuất hiện trên Trái-Đất. VŨ HOÀNG-CHƯƠNG, thi sĩ Việt-Nam, biết điều ấy hơn ai hết, và cũng bởi vậy mà giữa thế kỷ hai mươi, ông hát lên niềm hy vọng một thế giới THƠ lòa chói huyền-quang.

Đến đây, tôi tự cho phép được chiều theo sở thích, dẫn ra một vài câu thơ nữa, thí dụ những câu trong bài KHAI SINH:

    Dấu mũ trên chữ A
    Là chim bay lộn ngược
    Trên nền trời giấy trắng bao la
    Trùng dương vội vàng in lấy bóng
    Chim bay dìu mây bay

Thật là khéo diễn đạt! Người xem thơ không còn biết mình đang xem bản dịch một bài thơ sang tiếng Pháp hay chính một bài thơ viết thẳng ra bằng Pháp ngữ trong nguyên văn. Đủ hiểu cái nhịp mềm mại của câu thơ đã khuôn sát vào tiết-điệu chuyển-biến của tâm hồn con người đến chừng nào. Chúng ta phải ngợi khen dịch giả; mà dịch giả này, Simone Kuhnen de La Cœuillerie cũng chính là một thi sĩ hữu-danh của Bỉ Quốc. Vâng, chúng ta phải ngợi khen nữ sĩ đã khéo chuyển diễn được thơ VŨ HOÀNG- CHƯƠNG với đầy đủ ý nghĩa thâm trầm và nhạc-điệu gợi cảm của nó. Công việc dịch thi ca, một công việc nặng nhọc chính tôi đã nhiều lần phải đảm đương, nên ở đây tôi có thể làm chứng cho sự kiên nhẫn trường kỳ và tài năng thi-nghệ mà nữ sĩ Simone Kuhnen de La Cœuillerie đã vận dụng để đón bắt lấy cái bí mật huyền-vi của từ ngữ.

Tuy nhiên thi tài này chúng ta đã có lần thưởng thức rồi, và có lẽ độc giả sẽ lấy làm thích thú được xem lại trong tác phẩm mà tôi giới thiệu đây một vài bài trích trong tập **Tannkas et Haikais** và những tập khác đã xuất bản của nữ-sĩ.

Trước khi ngừng bút, tôi muốn gửi lời chào hoan nghênh hai thi sĩ và nói lên tất cả niềm thịnh cảm của chúng ta đối với tập thơ mà họ cống hiến cho đời. Tôi muốn được thân ái chào mừng họ bằng một đoạn thơ trích ở một trong số những thi phẩm còn nguyên cảo của tôi, đoạn thơ này hướng về một THI SĨ MUÔN THUỞ, người làm nhân chứng cho thời đại mình, người hiến dâng cho thế giới nỗi suy-tư đơn chiếc, và cháy bùng lên

> như viên ngọc bích ở chiếc nhẫn của Trời
> như thần Orphée giữa cơn cuồng hứng
> xuống tận Địa phủ muôn trùng
> đem trở lên trong vòng tay
> mối tình đã bị cướp đoạt
> để trả về cho mỗi bình minh
> một vầng nhật chói lòa hy vọng và xuân-xanh.
> Ôi thi nhân hiện thân bằng miệng Thần-Linh
> Bông hướng dương lộng lẫy của Ngôn-Từ

André GUIMBRETIÈRE
Giáo Sư Trường Quốc-Gia Đông-Phương Sinh-ngữ, PARIS

(Bản dịch của nhà xuất bản)

Thi Phẩm

hơi tàn đông á

Phơi phới linh hồn lỏng khóa then
Say nghe giọt nhựa khóc trên đèn
Mê ly, cả một trời Đông Á
Sực tỉnh trong lòng nấm mộ đen

Đáy cốc bao la vạn vực sầu
Ngai vàng Mông Cổ ngự đêm nâu
Hãy nghe bão táp trong cô tịch
Vó ngựa dân Hồi dẫm đất Âu

Thuyền chiến nằm mơ cuộc viễn chinh
Buồm neo rời rạc bến u minh
Đâu đây quằn quại trong làn khói
Lớp lớp uy nghi Vạn Lý Thành

Thuốc cháy âm thầm hãy lắng tai
Phương Đông là một tiếng than dài
Bao nhiêu năm đã từng oanh liệt
Bốn bể quy hàng nép dưới ngai

Nhựa chín dần trên ngọn lửa đào
Ngược giòng năm tháng khói lên cao
Hương thiêng rẽ lối đôi bờ mộng
Cung các vàng son một thủa nào

Gối nệm lênh đênh xác thịt hờ
Thuyền Say một cánh lướt giòng thơ
Trăng hiu hắt ngủ đêm khuya rợn
Sương khói phù dung ngập bến bờ

Thế kỷ huy hoàng của Á Châu
Hiện về trên gối một đêm nâu
Mây xanh cánh rộng ai mơ đó
Hồn có tiêu tan vạn cổ sầu?

(Trích THƠ SAY 1940)

LE RÂLE DE L'ASIE

Légère, l'âme se dégage de ses liens.
Ivresse. J'entends la goutte de sève grésiller sur la lampe.
L'Univers oriental en délire
Soudain se réveille au creux de la tombe noire.

Dans la coupe[1] naît une immense mélancolie.
Le trône de Gengis Khan règne sur la nuit,
Dans le silence, un orage se déchaîne:
Les hordes de Mahomet envahissent les plaines de l'Europe.

La flotte s'aligne, rêvant à l'attaque prochaine.
Voiles et ancres appareillent au port des Ténèbres.
Dans les volutes de la fumée ondulent les blocs cyclopéens
                               de la Grande Muraille.

Le pavot se consume en crépitant. Prêtons l'oreille!
L'Orient est un long soupir.
Si longtemps il fut omnipotent et fort.
Les quatre mers, prosternées a ses pieds, lui étaient
                               humblement soumises.

Sourdement la sève brasille.
La fumée s'élève, remontant le cours des années.
Entre les berges du rêve, le parfum sacré nous ouvre
                               un chemin
Parmi les palais et les temples, les laques et les ors
                               des siècles écoulés.

Les coussins flottent. Le corps s'annihile.
Ivre, ailée, une barque s'égare sur le fleuve Poésie.
La lune est en léthargie. La nuit s'épouvante.
Les ports et les rives s'estompent dans la brume, dans les
fumées de l'Hibicus[2] - [3].

Cette nuit ressuscite sur ta couche
Le passé grandiose de l'Asie.
Nuages bleus, ailes immenses, qui rêve là?
Âme, te délivres-tu de la tristesse infinie des siècles révolus?

(Extrait de POESIE GRISE, 1940)

[1] *La petite coupe contenant l'opium à l'état liquide.*
[2] *Pour les Chinois, l'Hibicus[3] est le symbole de l'opium.*
[3] *"l'Hibiscus", selon l'orthographe commun.*

tối tân hôn

Do dự mãi đêm nay rời xứ Mộng
Ta chiều em bỏ cánh lại cung trăng
Lén bước xuống thuyền mây chờ cửa động
Vội vàng đi quên biệt giã cô Hằng.

Gió đêm lồng lộng thổi
Thuyền mây vùn vụt trôi
Đang bâng khuâng điện biếc đã xa rồi
Giữa lúc tỏa muôn hương đàn sáo nổi...
Ngực sát ngực môi kề môi
Nàng cùng ta nhìn nhau cùng chẳng nói
Ôm vai nhau cùng lắng tiếng xa xôi.
Nguyệt chẳng phải, tỳ không, càng không cầm với sắt
Tai dẫu quen mà lạ tiếng tre
Cung Xế lẫn cung Hồ dìu dặt
Mình tơ réo rắt
Hồn trúc đê mê,
Những thanh âm nhạc điệu chửa từng nghe
Như đưa vẳng tự vô cùng xanh ngắt
Đầy nhớ thương tha thiết gọi ta về.

Gió bỗng đổi chiều trên táp xuống
Nặng trĩu hai vai nàng cố gượng
Thắt vòng tay ghì riết lưng ta
Những luồng run chạy khắp thịt da ngà...
Run vì sợ hay vì ngây ngất
Ta chẳng biết, nhưng rời tay chóng mặt

Toàn thân lạnh ngắt
Thuyền chìm sâu sâu mãi bể Hư Vô,
Mà hương ngát đâu đây còn phảng phất
Mà bên tai đàn sáo vẫn mơ hồ
Ngửa trông lên cung Quế tít mù xa
Dần dần khuất.
Dưới chân ta
Thuyền mây sóng lật.
Không gian vừa sụp đổ chung quanh
Một trời đêm xiêu rụng tan tành.
Dư hưởng yếu từng giây
Dư hương dần loãng nhạt
Trong tay níu đôi thân liền sát
Nhè nhẹ rơi vào lớp sóng khinh thanh.
Sao lìa ngôi phương hướng ngã bên mình
Cơn lốc nổi
Đàn tiên thôi gọi
Âm thầm xa bặt tiếng tiêu.
Nhưng mê man say uống miệng người yêu
Ta cũng như nàng
Cảnh mộng chốn Bồng Lai đâu nhớ tới.

Hai xác thịt lẫn vào nhau mê mải
Chút thơ ngây còn lại cũng vừa chôn.
Khi tỉnh dậy bùn nhơ nơi hạ giới
Đã dâng lên ngập quá nửa linh hồn.

(Trích THƠ SAY 1940)

NUIT NUPTIALE

J'ai longtemps hésité. Cette nuit, je quitte le pays des Rêves.
Pour te plaire, je laisse mes ailes au Palais Astral.
Furtivement, je descends dans la barque Nuage ancrée dans
                                      l'anse de la grotte.
Si grande est notre hâte que nous partons sans prendre
                                  congé de la déesse Hằng-Nga[1].

Puissant souffle le vent nocturne.
La barque Nuage est emportée impétueusement.
Nous rêvons et déjà le temple de Jade est loin.
Mille parfums s'exhalent, d'innombrables mélodies s'élèvent.
Cœur contre cœur, lèvres contre lèvres,
Toi et Moi nous nous regardons en silence.
Je baise ton épaule et nous prêtons l'oreille aux voix
                                              lointaines:
Ni cymbales, ni lyres, ni harpes...
Notre ouïe exercée ne reconnaît point le son clair de la flûte.
Les notes se mêlent en mélodieux accords;
Les fibres de la soie chantent,
L'âme du bambou gémit.
Des harmonies inconnues émanent du tréfonds de l'Azur.
Pleines de tendresse et de sollicitude,
Instamment, elles nous rappellent.

Soudain, le vent tourne et nous écrase.
Sous le poids qui s'abat sur tes épaules,
Tu m'enlaces avec force de tes bras.
Des frissons courent sur ta peau d'ivoire,
Tu trembles... De peur ou de volupté... je ne sais,

Mais je sens ton corps en proie au vertige se disloquer sous
mon étreinte.

Mon être est devenu de glace.
La barque descend, s'enfonce dans l'Infini Néant.
Le parfum enivrant flotte toujours, mais à peine...
Lyres et harpes résonnent encore, mais si vagues...
Loin, très loin, le Palais du Cannelier[2] s'estompe, disparaît...
Sous nos pieds la barque Nuage s'est abîmée dans les flots.
L'Espace autour de nous se désagrège.
Tout un Univers nocturne se fane.
Meurt l'écho qui s'affaiblit;
Meurt le parfum qui se dilue.
Étroitement enlacés, deux corps tombent dans les vagues
éternelles.
Les astres quittent le firmament, les horizons s'emmêlent, un
tourbillon s'élève.
La musique divine a cessé de nous appeler.
Au loin s'assourdissent les sons des fifres
Et, passionnément, nous buvons l'ivresse aux lèvres de l'Aimé.
Moi et Toi...
Nous avons oublié le décor de rêve de Bồng-Lai[3].

Deux corps se sont unis dans les ardeurs charnelles.
Nous venons d'enterrer ce qui demeurait en nous de la
pureté divine.
Au réveil, la boue nauséabonde d'ici-bas nous enlise,
Et notre âme en est submergée.

(Extrait de POESIE GRISE, 1940)

[1] Hằng-Nga est la déesse de la lune. D'après la mythologie orientale, la lune est un pays de Rêves ayant Hằng-Nga pour Reine.
[2] Palais du Cannelier est une expression poétique désignant la lune.
[3] Bồng-Lai, île imaginaire, séjour des fées et des rêves.

Mộng Trắng Thơ Vàng Tóc Bạch Kim trang 18   Vũ Hoàng Chương

phương xa

Nhổ neo rồi thuyền ơi xin mặc sóng
Xô về Đông hay giạt tới phương Đoài
Xa mặt đất giữa vô cùng cao rộng
Lòng cô đơn cay đắng họa dần vơi

Lũ chúng ta lạc loài dăm bảy đứa
Bị quê hương ruồng bỏ giống nòi khinh
Bể vô tận sá gì phương hướng nữa
Thuyền ơi thuyền theo gió hãy lênh đênh

Lũ chúng ta đầu thai lầm thế kỷ
Một đôi người u uất nỗi chơ vơ
Đời kiêu bạc không dung hồn giản dị
Thuyền ơi thuyền xin ghé bến hoang sơ

Men đã ngấm bọn ta chờ nắng tắt
Treo buồm cao cùng cao tiếng hồ khoan
Gió đã nổi nhịp trăng chiều hiu hắt
Thuyền ơi thuyền theo gió hãy cho ngoan

(Trích THƠ SAY 1940)

ÉVASION

Lève l'ancre, ô barque,
Vague vers l'Est ou vers l'Ouest.
Loin de la terre, dans l'Infini
Peut-être un cœur solitaire se libérera-t-il de son amertume.

Nous sommes quelques égarés
Que la patrie méconnaît, que l'humanité méprise.
Sur l'océan sans fin, qu'importe les directions?
Barque, ô barque, au gré du vent vagabonde.

Nous sommes une poignée qui, en naissant, nous sommes
                                                  trompés de siècle.
Livrés à l'abandon, la rancœur nous pénètre.
Le monde vaniteux, mesquin, rejette les âmes simples.
Barque, ô barque, aborde quelque île sauvage.

L'alcool nous brûle. Nous attendons que s'éteigne le Soleil;
Ensemble, nous hissons la voile et nous poussons le cri
                                               cadencé du rameur[1].
Voilà que se lève le vent, frère de la lune blafarde;
Barque, ô barque, abandonne-toi à son appel.

                                              (Extrait de POESIE GRISE, 1940)

---

[1] En vietnamien "Ho khoan" - cri rythmique des rameurs intraduisible en français.

Mộng Trắng Thơ Vàng Tóc Bạch Kim trang 20   *Vũ Hoàng Chương*

tình si

Lá khô
Rụng
Kín gương hồ
Sóng
Nhấp nhô...
Mũi thuyền rẽ lá vàng khô
Sao ngà vụt tự đáy hồ bay lên.
Long lanh giọt lệ tuyết
Lặng lẽ trôi theo thuyền.
Say sưa hàng lá dang tay đón
Hạt ngọc quỳnh đâu lạc động tiên.
E thẹn sau thuyền sao lẩn trốn
Ôm hờ lá vẫn dõi theo bên.
Bẽ bàng lá vẫn theo bên
Si tình lá vẫn theo bên
Thuyền trôi vẫn quyến sao đêm
Hào quang vẫn ngủ êm đềm trong mơ.
Sóng
Nhấp nhô
Lá khô
Rụng
Kín gương hồ...

(Trích THƠ SAY 1940)

AMOUR IMPOSSIBLE

Les feuilles mortes
Tombent
Recouvrant tout le lac.
Vaguelettes
Imperceptibles...
La barque glisse séparant les feuilles,
Et soudain l'étoile ivoirine surgit
Du fond du miroir d'eau.
Larme de neige scintillante,
Elle suit la barque en silence.
Émerveillées, les feuilles tendent largement leurs deux bras
                                          pour la recueillir,
Perle précieuse issue d'une grotte de fées.
Timide, l'étoile se réfugie derrière la barque.
L'étreinte des feuilles demeure vaine...
Encore... toujours... Voué à l'échec, leur inutile et
                                          sempiternel embrassement.
Dans l'ardeur de l'amour impossible les feuilles renouvellent
                                          leur inutile embrassement.
La barque glisse, entraînant dans son sillage l'étoile nocturne
Et sa lumière en sommeil pleine de rêve et de douceur.
Vaguelettes
Imperceptibles...
Les feuilles mortes
Tombent
Recouvrant tout le lac.

                                                  (Extrait de POESIE GRISE, 1940)

Mộng Trắng Thơ Vàng Tóc Bạch Kim trang 22   *Vũ Hoàng Chương*

mời say

Khúc nhạc hồng êm ái
Điệu kèn biếc quay cuồng
Một trời phấn hương
Đôi người gió sương
Đầu xanh lận đận cùng xót thương càng nhớ thương
Hoa xưa tươi trăng xưa ngọt gối xưa kề tình nay
                                    sao héo

Hồn ngã lâu rồi nhưng chân còn dẻo
Lòng trót nghiêng mà bước vẫn du dương
Lòng nghiêng tràn hết yêu đương
Bước chân còn nhịp nghê thường lẳng lơ.
Ánh đèn tha thướt
Lưng mềm não nuột dáng tơ
Hàng chân lả lướt
Đê mê hồn gửi cánh tay hờ.
Âm ba gờn gợn nhỏ
Ánh sáng phai phai dần
Bốn tường gương điên đảo bóng giai nhân...
Lui đôi vai, tiến đôi chân
Riết đôi tay, ngả đôi thân
Sàn gỗ trơn chập chờn như biển gió
Không biết nữa màu xanh hay sắc đỏ
Hãy thêm say còn đó rượu chờ ta
Cổ chưa khô đầu chưa nặng mắt chưa hoa
Tay mềm mại bước còn chưa chếnh choáng
Chưa cuối xứ Mê Ly chưa cùng trời Phóng Đãng
Còn chưa say, hồn khát vẫn thèm men.

Say đi em, say đi em!
Say cho lơi lả ánh đèn
Cho cung bậc ngả nghiêng điên rồ xác thịt
Rượu, rượu nữa! và quên, quên hết!
Ta quá say rồi
Sắc ngã màu trôi
Gian phòng không đứng vững
Có ai ghì hư ảnh sát kề môi?
Chân rã rời
Quay cuồng chi được nữa
Gối mỏi gần rơi...
Trong men cháy giác quan vừa bén lửa
Say không còn biết chi đời...
Nhưng em ơi
Đất trời nghiêng ngửa
Mà trước mắt thành Sầu chưa sụp đổ
Đất trời nghiêng ngửa,
Thành Sầu không sụp đổ, em ơi!

(Trích THƠ SAY 1940)

Trong thi phẩm **Ta Đợi Em Từ Ba Mươi Năm**, bài thơ này có tựa là "Say Đi Em", và cách chấm câu cũng hơi khác.

Vũ Hoàng Chương

INVITATION À LA DANSE

La musique est rose et suave[1].
La trompette bleue crée des tourbillons.
Univers de fards et de parfums...
Deux êtres, ayant tous deux connu vents et marées,
Mêmes orages, mêmes amertumes, mêmes nostalgies...
Fraîche autrefois était la fleur, douce la lune, assortis étaient les
coussins...
Depuis longtemps l'âme est flétrie, mais les membres sont souples
encore.
Si le cœur est déséquilibré, les pas sont toujours harmonieux.
Si le cœur déséquilibré laisse fuir l'amour,
Les pas épousent le rythme envoûtant de la musique lunaire[2].
Des lampes filtre une lumière adoucie.
Taille souple, telle une soie onduleuse,
Pieds se mouvant à la molle cadence,
L'âme en délire s'abandonne aux bras anonymes.
La musique s'assourdit,
Les lumières s'obscurcissent.
Les miroirs des 4 murs reflètent les folles contorsions des belles.
En arrière, les épaules; en avant, les pieds.
Les bras enlacent, les deux corps se courbent.
Le parquet glissant se dérobe comme une mer houleuse.
Lumière verte, lumière rouge? On ne sait plus...
Qu'importe! Enivre-toi! De l'alcool encore nous attend.
Le gosier n'est point desséché, la tête point alourdie; les yeux ne
sont pas encore éblouis.
Toujours souples sont les bras, les pas point ne chancellent;

Nous n'avons pas atteint les confins du Délire, les limites du Dérèglement
Nous ne sommes pas ivres; notre âme assoiffée exige toujours plus d'alcool.
Soûle-toi, soûle-toi, ma chère!
Soûle-toi jusqu'à ce que les lumières vacillent,
Jusqu'à ce que les refrains s'embrouillent,
Jusqu'à ce que la chair s'affole.
De l'alcool, encore de l'alcool... et l'oubli... l'oubli total!
Je ne suis que trop ivre déjà...
Les couleurs s'emmêlent,
La salle titube...
Est-il ici quelqu'un qui embrasse l'illusion et la retienne contre ses lèvres?
Brisés de fatigue, les membres se refusent à tournoyer encore au rythme impérieux de la danse.
Les genoux se disloquent,
S'enflamment les sens aux feux de l'alcool.
Je suis ivre au point de ne plus rien savoir.
Mais chère, ô très chère,
Bien que ciel et terre soient bouleversés
La citadelle Tristesse à nos yeux demeure intacte.
Bouleversés, terre et ciel...
Intacte la citadelle Tristesse, ô très chère...

(Extrait de POESIE GRISE, 1940)

[1] Selon la danse classique, le tango correspondrait à la lumière rouge, la valse à la lumière bleue
[2] Revenant d'un voyage dans la lune, effectué grâce aux sortilèges d'un sorcier l'Empereur de Chine Đường-Minh-Hoàng (9ème siècle) en aurait rapporté un air de danse intitulé «Sarongs d'arc-en-ciel»

Mộng Trắng Thơ Vàng Tóc Bạch Kim trang 26   *Vũ Hoàng Chương*

giang nam người cũ

Ai phụ tình ai lỗi tóc tơ
Đèn khuya truyện cũ hận dâng mờ
Giang Nam! mực động sầu trên giấy
Chữ đảo điên rồi thánh thót mơ

Ý tóc niềm da lượm kiếp nào
Đọng về mây tuyết nửa chiêm bao
Đông A bừng thắm môi hàm tiếu
Trăng phới hài ngân liễu vươn cao

Sương bay giải áo mướt rờn nhung
Sao ánh xiêm thêu ngọc rủ chùng
Thưa thớt không gian chìm tiếng nói
Âm thanh huyền hoặc thoáng mờ rung

Tình qua giọng suối ngỡ tai phàm
Nhạc thấp cung Hồ mộng phớt lam
Hơi gió xa khơi lời nhỏ nhẹ:
Em nghìn thu cũ gái Giang Nam

Bừng thức tiền thân choàng cảm giác
Ai nghìn thu cũ gái Giang Nam?
Ta nhớ rồi - Em... hồn lẫn xác
Em nghìn thu cũ gái Giang Nam.

Cô hàng xóm nhỏ chớm si mê
Trầm lạnh Tây Sương lỡ dở thề
Kiếp trước đời sau tình vẫn một
Thời gian xuôi gửi tiếc thương về

U uất không tan nẻo dạ đài
Hồn trinh phiêu giạt lánh phàm thai
Sắc hương lơ lửng trôi dằng dặc
Kết nhớ dồn yêu vọng tới ai

Ai đó là Ta một kiếp nào
Trầm luân hồn tỉnh giữa chiêm bao
Giác quan vụt cháy niềm run rẩy
Xưa đã nghìn thu gửi má đào

Cặp má đào xưa vừa độ chín
Ôi nghìn thu cũ gái Giang Nam!
Đổi xác bao lần ta lỗi hẹn
Em nghìn thu vẫn gái Giang Nam...

(Trích MÂY 1943)

L'Ancienne Amie du Sud du Fleuve

Infidèle a son amour, n'a-t-elle pas tenu sa promesse?
Sous la lampe tardive, j'écoute le ressentiment monter en moi
comme une vague.
Toute la tristesse du Sud du Fleuve tremble dans le caractère tracé
sur la page.
Ivres, les mots vacillent... le rêve naît, telle une musique tombant
goutte à goutte.

Sa chevelure... le grain de sa peau... souvenirs glanés dans une
existence antérieure,
Se cristallisent ici dans les nuages et les neiges du songe.
Pourpre est le soleil levant: lèvres de vierge entr'ouvertes en un
demi sourire.
La lune vibre, écho de pas d'argent.
Le saule matérialise une taille harmonieuse.

La brume est un vêtement de velours dont les plis se meuvent.
Les étoiles: perles et diamants rehaussant le sarong brodé qui
traîne.
L'espace se raréfie; les paroles s'enlisent.
Irréelles, les voix s'assourdissent et se noient en un univers flou.

L'amour chuchote dans le gazouillis des sources et l'oreille s'en
étonne.
La musique décroît. Le rêve est évanescent,
La brise imperceptible. Les mots sont a peine murmurés:
"La jeune fille du Sud du Fleuve... il y a mille ans... t'en souviens-
tu?... C'était moi!"

Le présent est aboli. Bouleversé, je me retrouve en quelque vie
antérieure.
Je m'interroge: "La jeune fille du Sud du Fleuve... Il y a mille ans...
Qui était-elle?"

Thi Tuyển

Et je me souviens... C'était Toi, Toi corps et âme,
Toi la jeune fille du Sud du Fleuve,
Toi la jeune fille d'il y a mille ans.

Ma petite voisine, enivrée de son premier amour!
Hélas, la flambée de bois d'aloès[1] s'est éteinte au rendez-vous...
Pourtant, malgré la vie, malgré la mort, l'amour demeure éternel.
Elle charge le Fleuve du Temps de ses messages de tendresse et de
                            regrets qui en descendent le cours.

La passion inassouvie ne s'est point dissoute au pays des ombres.
L'âme vierge à la dérive s'efforce d'échapper au cycle des
                                          métempsychoses.
Belle et parfumée, elle vague jalousement solitaire, parallèlement
                                  au Temps jusqu'à l'infini.
La puissance de son amour la cristallise afin de rejoindre l'aimé.

L'aimé!... Moi!... le moi antérieur de quelque lointain passé.
Enlisée dans les vagues des incarnations successives, mon âme
                            toujours pareille se réveille brusquement.
Mes sens s'affolent... Je brûle de la même passion
Qui me soulevait jadis, voici mille automnes, au contact de la joue
                                  frémissant d'un identique émoi.

Joue d'autrefois... pêche à peine mûrie...
Jeune fille du Sud du Fleuve d'il y a mille automnes!...
Mille fois, mon âme a changé de corps avant de pouvoir réaliser le
                                  serment d'amour.
Mais toi, ma bien-aimée, tu demeures éternellement la jeune fille
                     du Sud du Fleuve, la jeune fille d'il y a mille automnes!

                                                      (Extrait de NUAGE, 1943)

[1] Au Vietnam, on brûle le bois d'aloès pour échanger des serments d'amour. Selon la croyance orientale, ceux qui meurent en proie à une grande passion inassouvie, chappent aux vicissitudes du Temps et gardent leur âme intacte qui réapparaîtra au moment propice.

Mộng Trắng Thơ Vàng Tóc Bạch Kim trang 30   *Vũ Hoàng Chương*

nửa truyện hồ ly

Giàn dưa mưa lất phất
Mênh mông sầu xứ đêm dài
Hư vô động tiếng giầy ai...
Mình ta... buồn dặc dặc
Say giữa hai tờ Liêu Trai.
Rún rẩy hoa đèn rung ngọn bấc
Không gian đàn mãi tiếng giầy ai...

Dầu cạn lưng chừng phao
Sợi nhỏ thon mềm dáng liễu;
Hài son phơi phới lửa đào
Khói biếc màu xiêm yểu điệu.

Ai đó? - phải chăng hồn cỏ cây
Bấc thơm dầu quánh nhựa hây hây!
Dầu vơi bấc mỏng manh gầy
Bước chân nào bợ ngợ
Hoa đèn lung lay...

Ai đó? - phải chăng hồn cỏ cây
Mộ vắng lầu hoang ngơ ngác sợ
Cùng đêm nương về đây
Cùng mưa vương về đây
Nửa truyện Hồ Ly trang sách giở
Lung linh tiếng giầy...

(Trích MÂY 1943)

EN LISANT LA CONTE "LES RENARDS"

A travers le rideau de lianes, la pluie tombe sans fin.
Atmosphère nostalgique, nuit interminable.
Je crois entendre un vague bruit de pas.
Je suis seul... indicible mélancolie.
Je m'enivre aux pages du conte "La Véranda Solitaire",
La flamme de la lampe vacille et crépite
L'espace vibre à l'unisson de ce bruit de pas
L'huile se consume, le réservoir se vide
La mèche de fils tordus est svelte comme une silhouette de
                                                         bouleau.
Une babouche cinabre glisse imperceptiblement sur le feu rouge
La fumée est bleue comme le sarong d'une jeune fille.
Qui va là? Serait-ce l'âme des herbes et des arbres?
La mèche est embaumée, l'huile onctueuse, la lueur vivante.
                                                         Présence...

L'huile est presque tarie, la mèche charbonne.
Quels sont ces pas hésitants?
La flamme chancelle.
Qui va là? Serait-ce l'âme des herbes et des arbres?
Prise de peur parmi les tombes abandonnées, les palais en ruines,
S'est-elle appuyée à la nuit pour venir jusqu'à moi?
S'est-elle appuyée à la pluie pour venir me rejoindre?
Je me plonge dans les pages du conte "La Renarde".
Le bruit des pas s'intensifie comme une évocation.

                                                  (Extrait de NUAGE, 1943)

[1] Le poète chinois PO-SUNG-LING a écrit un recueil de contes humoristiques et macabres dont l'héroïne est toujours une renarde ayant le pouvoir de se métamorphoser en belle jeune femme. Ce recueil a pour titre LIÊU-TRAI qui se traduit par VERANDA SOLITAIRE.

Mộng Trắng Thơ Vàng Tóc Bạch Kim trang 32　　　　　　　　*Vũ Hoàng Chương*

qua áng hương trà

Hương biếc tràn quanh nắp đậy hờ
Ấm sành nho nhỏ khói lên tơ.
Hồn sen thoảng ngát trà dâng đượm
Ai biết mình sen rụng xác xơ?

Hoa sống trong bùn thuở trước đây
Lầu son giam kín nhụy vàng hây
Dễ đâu bướm thỏa lòng khao khát
Trinh bạch toàn thân kiếp đọa đày.

Mặt nước đìu hiu một sớm thu
Hồng trang vắng vẻ lối hoa cù
Đào phai thắm rụng tay phàm vín
Rao bán mười phương chợ xất phu.

Cánh rã rời theo nhịp ngón thon
Trắng phau muôn giọt lệ hương tròn
Lần rơi trên lớp trà khô héo
Lưu chút thơm thừa gửi nước non.

Nâng chén mời anh thưởng vị trà
Đừng quên tan tác mấy đời hoa
Cạn từng hớp nhỏ cho sen đượm
Vớt lại trần ai một chút ta.

(Trích MÂY 1943)

Parfum du Thé

Le parfum bleuâtre s'échappe du couvercle à demi fermé
De la minuscule théière de terre cuite, la vapeur s'élève en fil de
soie.
Le thé s'offre discrètement, l'âme embaumée du lotus se révèle.
Qui devinerait que la fleur exquise a péri en guenilles?

Qu'elle a vécu dans la fange, il y a peu?
La corolle de cinabre emprisonna son pistil d'or
Et les avides papillons virent repousser leur amour insatisfait.
Elle demeura vierge immaculée, corps et âme, tout au long de son
exil.

Un soir d'automne, l'eau s'attrista.
La grâce rose cessa de parer les bords fleuris,
La beauté se fana, la tige se brisa sous une main brutale;
Des hommes grossiers mirent la fleur en vente aux quatre coins du
marché.

Meurtris, les pétales s'effeuillèrent sous des doigts agiles
Et des larmes blanches et rondes
Une à une sur les feuilles sèches du thé,
Encore imbues du parfum légué par les eaux et montagnes.

J'élève la tasse et vous prie de savourer le goût du thé
En pensant à ce destin de fleur, orageux et cruel.
Buvez lentement, très lentement, afin que s'intensifie l'arôme du
lotus.
Ainsi, nous sauverons le meilleur de nous même sur une terre de
cendres.

(Extrait de NUAGE, 1943)

[1] Au Vietnam, les lettrés boivent du thé parfumé au lotus. Pour obtenir cette boisson, il faut recueillir des centaines de fleurs, mélanger leurs anthères aux feuilles sèches du thé qui s'imprègnent de leur arôme. Pour faire honneur à ses hôtes, on prépare ce breuvage dans une minuscule théière de terre cuite rouge foncé, d'un très grand prix. Signalons au lecteur que les Chinois et les Vietnamiens préparent le thé d'une manière toute différente de celle des Japonais qui réduisent les feuilles en poudre et en font une sorte de soupe.

Mộng Trắng Thơ Vàng Tóc Bạch Kim trang 34   Vũ Hoàng Chương

bài ca ngư phủ

Màu xanh cây lúa
Mờ xa cánh đồng
Hoàng hôn nhuộm úa
Thu già trên sông.
Lênh đênh trời nước bềnh bồng
Thuyền trôi như lướt hư không.
Vòm cao dìu dặt
Chen sắc lam hồng
Ai xòe chiếc quạt mênh mông
Đỏ cháy non Đoài?
Vằng vặc phương Đông
Chén vàng ai cất dâng mời?
Ta say chén nguyệt - tình ơi!
Lời ca ta gửi xa vời thăm thẳm buồng thêu...
Cầm ngang mái chèo
Buông theo giòng lạnh
Một con thuyền trong ánh tà dương.
Hồn nương tiếng hát
Trôi giạt về đâu
Gió đưa giùm nhé qua lầu cô gái đài trang.
Rằng ta vò võ yêu nàng
Song hoa bản bặt khép
Ngàn dặm trong tấc gang...

Hỡi người thâm khuê lụa gấm son vàng,
Đây một kẻ si tình áo lá
Cuồng vọng mê nàng
Thao thức giữa trời cao nước cả
Dạo con thuyền ngư phủ ngược xuôi trường giang.

Tiền thân một giấc huy hoàng
Đào Nguyên còn lộng hào quang đến giờ.
Hỡi người nhan sắc vô tình ấy,
Ta đã lòng son cháy ước mơ...
Đắm say rồi nàng ôi,
Dừng chèo lên tiếng hát
Vang lừng trăng gió phượng bay tìm đôi...
Ôi chiều nay!
Bức rèm nhung tơ gác vàng xa xôi
Biết có vẳng dư ba lời ca bồi hồi?
Biết có gợn phong ba lòng ta gọi đôi?
Cuồng ca một khúc
Đắm say rồi
Nàng ôi... nàng ôi...

(Trích RỪNG PHONG, 1954)

La Chant du Pêcheur

Les verts plants de riz
Tanguent sur la plaine.
Le soir les mordore
Et l'automne las
Sur l'onde flottant
Ballote un sampan
Qui dérive et glisse
Entre deux néants.
Là-haut des nuages
Roses, indigo.
L'éventail immense
Des monts d'occident
Qui l'ouvre, au zénith?
Clarté d'orient
Qui invite à boire
Dans la tasse d'or
La tasse lunaire?
Je m'énivre, ô Chère,
Et t'envoie mon chant
Dans ton gynécée.

Brandissant la rame
Dans le froid courant,
Je lance un sampan
Au soleil couchant.
Mon âme s'appuie
Sur l'aile du chant

Thi Tuyển

Ainsi je dérive
Jusqu'ou?... Je ne sais.
Emporte moi, vent,
Jusqu'au gynécée
De cette princesse
Du palais des glaces.
Dis-lui que je l'aime
Passionnément.
Par des fleurs muettes
Sa fenêtre est close.
O toi qui vis là
Dans l'or et la pourpre,
 Sais-tu qu'un amant
Ceint de feuilles mortes
Désespérément
T'adore en secret?
Qu'il ne peut dormir,
Sur l'eau, sous le ciel
Promenant sa barque.
En lent va et vient.

Rêve éblouissant
D'antérieures vies
La Source aux Pêchers[1]
Auréole encore
Cette vie nouvelle.
Belle indifférente,
Je t'apporte un cœur!
Brûlant d'être à toi.

Je t'adore, ô Belle
Et, posant la rame,
Me mets à chanter.
Avec le phénix
Cherchant sa compagne[2]
La lune et le vent
Vibrent à l'envi.

Ce soir, ô rideau
De velours bleuté
Du palais lointain,
Dis, tressailles-tu
A l'écho mourant
De mon chant d'angoisse?
A l'appel ardent
Du cœur orageux
Cherchant l'âme soeur?
Telle est ma chanson
D'amoureux délire.
O toi, Belle, ô Toi!

(Extrait de FORÊT D'AUTOMNE, 1934)

[1] La source aux Pêchers est pour les Chinois et les Vietnamiens le pays de rêves, la grotte séparée du monde en guerre où une dizaine de familles s'étaient réfugiées. Mille ans plus tard, un pêcheur découvrit cet asile, mais l'ayant quitté il ne put jamais le retrouver.
[2] Une chanson populaire vietnamienne s'intitule Phượng Cầu Hoàng, ce qui signifie: le phénix mâle cherche le phénix femelle.

bài ca siêu thoát

Trải mấy hoang mang tìm kiếm
Lòng sao khát mãi chưa vừa?
Hai lẽ "Có, Không" mầu nhiệm[1]
Đêm đêm ta hỏi người xưa.
Đuốc kim cổ, đây hồn[2] ta thành kính
Hội trầm luân cùng ý thức Huyền Vi.
Mà sáu nẻo hôn mê còn chửa định
Ta về đâu? Kìa Ngươi đến làm chi?
Phải chăng muôn kiếp nặng nề
Từ Hư Không tới lại về Không Hư?
Lẽ nào mộng cả thôi ư?
Người ơi! Giọt bể chứa dư tang điền.

Một sớm lòng say chợt đổ nghiêng
Trăng sao tiềm thức sáng đài thiêng
Non lam nổi dáng hư huyền
Bụi đỏ phai màu nhân sự,
Trang đạo lý thơm tho từng nét chữ
Mười ngón tay dan díu cõi Vô Hình
Xác tục lâng lâng chờ cơn gió hiển linh.

Ai xưa quên ngày tháng hát Vong Tình?
Kìa phương Nam, Hoa nở vút lời Kinh!

Dằng dặc trầm luân mấy độ
Thuyền ta trôi hề ý ta bay
Sông in bóng nguyệt không mà có?
Hay có mà không, nhỉ gã Say?

Vũ Hoàng Chương

Ngươi vừa ôm ấp trong tay
Nhạc rợn đêm nào vạn cổ;
Sau trước cùng chung niềm tín mộ
Đâu lẽ "có" chiều xưa mà "không" sớm nay!

Ngơ ngác luân hồi mấy thuở
Mộng ta bay hề cánh ta trôi
Bể Nam mù mịt không mà có
Hay có mà không, cự điểu ơi [3]*?*
Ngươi vừa rút ngắn xa khơi
Chín vạn đêm nào mượn gió;
Đây đấy cùng chung niềm ngưỡng mộ
Đâu lẽ "có" riêng nơi mà "không" riêng nơi!

Từng thiên rộng mở say sưa
Nghĩa mầu nhiệm vang vang từng nét
Ôi Lý-Bạch Trang-Chu đường chim nẻo nguyệt!
Từ đấy nhân gian đà lạc vết ngươi xưa.
Đáy sông chìm mãi Lầu Thơ
Giấc mơ Hồ Điệp ai mơ được nào

Khoảnh khắc tơi bời thế sự
Ta nghe tiềm thức trăng sao.
Trời vô tận hiển linh về nét chữ
Thuyền chiếc phiêu du hề đôi cánh tiêu dao
Hương quen màu nhớ xôn xao
Lòng thoát ra ngoài sống chết.
Ôi Lý-Bạch Trang-Chu đường chim nẻo nguyệt!
Đời họa còn ta là theo vết ngươi xưa

Đáy sông tìm dựng Lầu Thơ
Giấc mơ Hồ Điệp chờ mơ đó hề!

Lửa nào đây soi rạng đuốc nào kia
Phấp phới tinh kỳ đế khuyết.
Hồn[4] ta giác ngộ quay về
Khôi phục ngai vàng bất diệt.
Ôi Lý-Bạch Trang-Chu đường chim nẻo nguyệt!
Thông cảm riêng ta nằm lấn vết ngươi xưa.
Đáy sông bừng dựng Lầu Thơ
Giấc mơ Hồ Điệp chẳng mơ cũng thành.

(Trích RỪNG PHONG 1954)

[1] Trong Rừng Phong, chữ "Hai" nguyên là chữ "Đôi":
    Đôi lẽ Có Không mầu nhiệm
[2] [4] Trong Rừng Phong, chữ "hồn" nguyên là chữ "lòng":
    Đuốc kim cổ, đây lòng ta thành kính
            và
    Lòng ta giác ngộ quay về
[3] Trong Rừng Phong, câu này nguyên là:
    Hay có mà không, dị điểu ôi?

Mộng Trắng Thơ Vàng Tóc Bạch Kim trang 42   Vũ Hoàng Chương

Cantique de Délivrance

Après tant d'angoisses et de questions
Pourquoi, mon âme, ta soif n'est-elle pas apaisée?
Être... ne pas être?
Nuit après nuit, j'interroge les Morts, flambeaux d'hier et
                                                  d'aujourd'hui.
Avec ferveur et respect j'en appelle à tous ces disparus pour
                                      concevoir le Grand Mystère.
Cependant les six voies[1] demeurent dans l'ombre et le silence.
Ou vais-je? Pourquoi viens-tu en ce monde?
Combien nos destinées sont lourdes!
Issus du néant, nous retournons au néant.
Ne serait-il pas absurde que tout ne soit que songe?
Homme! Une goutte d'océan contient tout un champ de mûriers[2].

Un matin, mon âme ivre est transfigurée.
Tous les astres de l'inconnu brillent au calice de mon cœur.
La montagne se transforme.
La poussière rouge perd la couleur des choses d'ici-bas.
Sur la page aride, chaque caractère se parfume.
Mes doigts entretiennent d'étroites relations avec l'invisible
Mon corps allégé attend le souffle miraculeux.

Qui, jadis, en chantant l'anéantissement des passions[3] oublia le
                                                            Temps?
Au Sud, la fleur s'entrouvre au rythme des cantiques.[4]

Combien longue est la destinée d'une âme errant à travers les
                                                          siècles.
Ma barque vague et ma pensée s'envole.

Ce fleuve imprégné de lune est-il pour ne pas être?
Ou n'est-il pas pour exister?
O Sublime Ivrogne[5] tu étreignis entre tes bras la musique divine
En cette nuit du fond des temps.
Hier, aujourd'hui, la Foi demeure la même.
Comble de l'absurde: ce qui fut l'autre nuit ne serait pas ce matin!

Combien solitaire est la destinée d'une âme livrée à la
                                              métempsychose.
Mon rêve s'envole, mes ailes vagabondent.
La brumeuse mer du Sud existe-t-elle sans être réelle?
Est-elle réelle en n'existant pas?

Albatros géant[6], tu as supprimé la Distance,
Le vent, plus rapide que la pensée, t'emporte dans la nuit
                                              légendaire.
Ici, là bas, la Foi est identique.
Comble de l'absurde: ce qui existe sur une rive serait sur l'autre
                                              inexistence![**]

La page après la page se tourne dans l'ivresse.
Le sens mystique éclate en chaque trait de pinceau.
Li-Tai-Pé, Tchang-Tchou, vol de l'oiseau, asile de la lune...
Après vous, nul mortel n'a pu suivre vos traces.
Au fond du fleuve s'enlise le Palais POÉSIE.
Le rêve PAPILLON[7], nul ne peut plus le concevoir.
Soudain, les réalités de ce monde s'effacent.
Je perçois en moi-même la présence des astres
L'Infini du ciel m'apparaît à travers le tracé du pinceau
La barque poursuit sa route, les ailes s'élancent vers le but
                                              lointain.
Les parfums connus, les couleurs aimées s'intensifient.

Mộng Trắng Thơ Vàng Tóc Bạch Kim trang 44   *Vũ Hoàng Chương*

Mon âme n'est plus obsédée par l'éternel dilemme: la Vie, la Mort.
Li-Tai-Pé, Tchang-Tchou, vol de l'oiseau, asile de la lune...
Ici-bas, n'est-il plus que moi qui puisse suivre vos traces?
Au fond du fleuve, je ferai resurgir le Palais POÉSIE.
Le rêve PAPILLON, je le reconcevrai.

Quelle flambée s'allume, ici, là-bas...
Flottent les oriflammes de la Cité Céleste!
Mon âme renaît à la raison divine,
S'en va reconquérir le trône indestructible[8].
Li-Tai-Pé, Tchang-Tcnou, vol de l'oiseau, asile de la lune...
Moi seul, en parfaite communion, puis dépasser vos traces.
Au Fond du fleuve resurgit le Palais POÉSIE.
Le rêve PAPILLON se réalise sans que j'aie même à le rêver.

(Extrait de FORET D'AUTOMNE 1954)

[1] Livre bouddhique: les six voies: celles des humains, des animaux, du ciel, de l'enfer, des bonzes, des démons.
[2] Les poètes vietnamiens considèrent ces changements de la nature comme ayant des périodes successives: un immense océan peut être transformé en un champ fertile et le contraire est également vrai.
[3] "Anéantis tes passions" est un vers célèbre du poète chinois LI-TAI-PEI
[4] "La Fleur du Sud", titre d'une œuvre philosophique de TCHANG-TCHOU, disciple de LAO-TSEU [3è s. av. J. C.]
[5] Allusion à la mort de LI-TAI-PE qui, une nuit qu'il était ivre, se jeta dans le fleuve pour étreindre la lune, symbole de la Poésie pure
[6] Allusion à un conte de TCHANG-TCHOU: un albatros géant, d'une envergure de plusieurs milliers de kilomètres peut relier le NORD au SUD d'un seul coup d'ailes, à condition que le vent soit assez fort pour le soulever dans les airs.
[7] TCHANG-TCHOU rêva une nuit qu'il était métamorphosé en papillon
[8] Laissé vacant par l'ange déchu.
[**] Autre version du vers de la page 44: "Comble de l'absurde: ce qui est existence sur une rive serait sur l'autre inexistence!"

cuộc du hành

Đường lối đê mê ngất ngất từng
Mây vờn quanh má giỡn ngang lưng[1]
Không gian bước bước màu thay đổi
Giữa một thời gian khoảnh khắc ngừng.

Ta đi về tận gốc Luân Hồi
Khúc múa hành tinh chẳng đoái coi
Chẳng ghé vào thăm cây Quế nữa
Vầng Trăng có giận cũng đành thôi

Đám cháy nào kia rực Hỏa Cầu
Hội hoa đăng mở đón chờ nhau
Tiếc thay chẳng thể ta dừng gót
Cạn chén ly đình sợ quá lâu!

Phút giây vèo tới bến Ngân Giang
Vệt sữa hay giòng lệ sáng choang?
Khói đọng sương ngưng nằm đợi sẵn
Quay thuyền ta rẽ lớp hào quang.

Chèo sương buồm khói ngược vời sông
Thoắt đã sao thưa bạc cạn giòng...
Khói cũng thay hình sương đổi vẻ
Cho ta làm cánh vút Hư Không.

Thôi chẳng còn mây đỡ dưới chân
Ta lên sắp tới đỉnh Xoay Vần
Từ đây tinh tú không tên tuổi
Đâu lẽ mình ta được có thân!

Chót vót Thời Gian bỗng té xiêu
Không Gian vụt trở lại ba chiều.
Vì ta vẫn có "ta"... trời hỡi!
Mộng vướng vào Thơ tự ngã theo.

(Trích RỪNG PHONG 1954)

[1] Trong Rừng Phong, câu này nguyên là
  Mây đùa quanh má giỡn ngang lưng

LE VOYAGE

Un chemin de cauchemar se perd dans les hauteurs
                                                        vertigineuses.
Les nuages caressent mon front, taquinent mes genoux.
A chaque pas, l'Espace se teinte de couleurs nouvelles
En un Temps brusquement arrêté.

Je veux pénétrer jusqu'aux Origines.
Je dédaigne la danse des planètes
Et je ne m'arrêterai pas au Palais du Cannelier.
Si la Lune m'en tient rigueur, que m'importe!

Là-bas, ce brasier qui flamboie? C'est la Sphère de Feu[1].
Peut-être la fête des Lanternes Fleuries s'y célèbre-t-elle en
                                                        mon honneur.
Las! Je ne puis interrompre ma route.
Vider la coupe de l'Adieu me retarderait trop longtemps.

Déjà, me voici sur les rives du Fleuve d'Argent.[2]
Gouttes de lait?... Larmes brillantes?...
Les vapeurs se cristallisent. La brume prend l'aspect d'une
                                                      barque où je descends.
Et je glisse sur des flots de lumière...

Rame de brume... voile de vapeur... nous remontons le
                                                       Fleuve.
Les Étoiles se raréfient, le courant se tarit.
La brume prend soudain forme d'ailes
Et je m'envole vers le Néant Absolu.

Mộng Trắng Thơ Vàng Tóc Bạch Kim trang 48   *Vũ Hoàng Chương*

Ici, plus de nuages sous mes pieds. Plus rien...
J'atteins le Suprême Sommet.
Les astres n'ont plus ni nom, ni âge.
Incohérence. Seul, dans ce Vide total, je garde la perception
                 d'exister.

Vertige. Le Temps reprend ses droits,
L'Espace ses dimensions.
Je ne me suis pas identifié au Néant.
Rêve et Poésie s'enchevêtrent et me précipitent dans la
                 chute.

         (Extrait de FORET D'AUTOMNE 1954)

[1] *La planète Mars*
[2] *La Voie Lactée*

bài ca tận thế

Giây khắc trầm tư loạn dáng màu
Trời ơi Hồn Cả nghẹn thương đau!
Thế gian đang tự tay đào huyệt
Địa phủ gần kia lửa vạc dầu.

Bốn phương biển héo non nhầu
Đông tan Đoài vỡ Tinh Cầu ngả nghiêng
Nằm đây u uất đài thiêng
Dư ba gợn đắng niềm riêng một người.

Thiên lương quần quại giữ màu tươi
Thể chất còn thoi thóp nhạc trời
Dạo xứ Phân Tranh, mùa Hỗn Độn
Biết lòng ta vẹn nhé Xa Khơi!

Lệ tuôn vòm khói châu rơi
Cũng hoài như ngọc vang cười thác men.
Sóng chai cựa dáng hoa đèn:
Môi nào thuộc, mắt nào quen ta chờ!

Đợi ai về ngự sáng ngai Thơ
Người bạn đầu tiên thuở bấy giờ
Ước cũ tái sinh ngày Tận Thế
Tìm nhau cùng nối mộng ban sơ.

*Cánh bằng siêu thoát hư vô
Sau lưng bỏ sụp cơ đồ trần gian...
Ngẩng lên Nàng vẫn hồng nhan
Đê mê ánh bút hương đàn chầu quanh.*

*Chừ đây Trái Đất vỡ tan tành
Em đã về kia gặp lại Anh
Nụ chúm nhung đào tươi lửa bấc
Thu ba nồng rượu khóe long lanh.*

*Phù du trọn cuộc viễn hành
Trăng tà treo đỏ mây thành chắn ngang
Trầm luân vụn đá phai vàng
Bước ra ngoài giấc mơ màng đón nhau.*

*Thôi mặc Thời Gian liệng Trái Sầu
Gác tai ngựa hí quốc gào đau
Dang tay trở gót về Nguyên Thủy
Rào kín vườn xưa khép cánh lầu.*

*Đôi ta dựng một Thiên Cầu
Bể xanh vĩnh viễn nương dâu đời đời...
Tiền sinh ôn việc đổi dời
Xiết bao người vực: kiếp người đó ư?*

(Trích RỪNG PHONG 1954)

Trong Rừng Phong, bài thơ này mang tựa Duyên Mùa Tận Thế

FIN DU MONDE

Recueillement. Les formes et les couleurs s'emmêlent.
Dieu! La Grande Âme[1] est submergée de douleur.
Le monde creuse sa propre tombe.
L'Enfer est tout proche... Là, le feu sous la vasque d'huile
brûlante[2].

Aux quatre vents, les océans sont bouleversés.
La Terre oscille: l'Est se disloque, l'Ouest se brise.
Le calice divin se referme, rongé d'indicibles maux.
Les échos infernaux soulèvent des vagues amères dans mon cœur
d'homme,

A cette heure d'agonie, l'âme tente de se raccrocher à la lumière
d'en Haut.

Le corps ne veut pas renoncer à la céleste musique.
Égaré dans ce monde sanguinaire, en cet affreux chaos,
Que l'Infini m'entende, qu'il sache que mon cœur est demeuré pur!

Inutiles, les larmes tombant en perles de la voûte de fumée,
Vaines les rires de diamant qui tintent en cascades dans l'alcool en
ferment.
Mais la vague d'alcool dans le flacon et la fleur de feu dans la
lampe
Recréent à l'unisson les yeux et le sourire de celle que j'ai si
longtemps attendue!

Celle dont le retour illuminera le Trône de la POÉSIE.
Elle, la toute première amie de ce lointain passé,
Qui a promis de renaître en cette fin du monde
Et de me rechercher pour renouer avec moi le rêve conçu dès
l'aurore des siècles.

Nous fuyons sur les ailes de l'immense albatros qui prend son vol
vers le néant suprême,
Laissant s'écrouler derrière nous tout ce qui fut le monde d'ici-bas.

Mộng Trắng Thơ Vàng Tóc Bạch Kim trang 52   Vũ Hoàng Chương

Je la regarde et la retrouve: visage rose qu'illumine le Pinceau,
En une atmosphère divine de musique et de parfum.

La Terre s'est anéantie.
Tu es revenue et nous nous sommes retrouvés.
Tes lèvres, fleurs de velours brûlant du feu des cierges.
Tes yeux, flammes d'automne, enivrés de ferment d'alcool.

Fini le voyage éphémère et lointain.
La rouge lune à son déclin demeure suspendue dans le ciel.
Les nuages à l'horizon s'érigent en sombre citadelle.
Après tant d'incarnations diverses où j'ai vu se ternir l'or et se
                                               disloquer la pierre,
Hors du rêve je vais à ta rencontre.

Que le Temps précipite dans le vide cette sphère maudite;
Refusons d'entendre encore le hennissement nostalgique[3], la
                                           plainte de l'oiseau des marais.[4]
La main dans la main, retournons à l'Origine.
Encerclons notre jardin d'une haie infranchissable. Fermons à clé
                                           notre château.

TOI et MOI nous édifierons le GLOBE CÉLESTE[5].
La mer bleue y sera éternelle, le champ de mûriers permanent.
Et si d'aventure nous nous souvenons un jour de nos vies
                                           antérieures.
Nous ne pourrons y croire et nous nous demanderons: "Était-ce là
                                         vraiment une destinée humaine?"

                                      (Extrait de FORET D'AUTOMNE 1954)

---

[1] Dans la religion Bouddhique le cosmos est identifié à la Grande Âme, tandis que chaque être est dit: Petite Âme.
[2] L'enfer bouddhique est une vasque d'huile bouillante.
[3] Pour les Vietnamiens, le hennissement du cheval est le symbole de la nostalgie: les chevaux du Nord emmenés dans le Sud hennissent, parait-il chaque fois que le vent du Nord vient à souffler.
[4] La plainte de l'oiseau des marais symbolise la douleur de l'exil ou de la domination étrangère (voir le poème Le Feu Étrange dans le recueil COMMUNION)
[5] Par opposition avec le globe terrestre.

tuổi xanh

Trăng dịu từ phen gặp gió lành
Sông lam từ buổi gặp non xanh
Từ hoa quen bướm trời quen đất
Em đã yêu rồi, đã của Anh!

Thuở ấy tuổi Vàng hay tuổi Đá?
Yêu nhau ai tính tuổi bao giờ!
Gối xuân chỉ biết từ nghiêng sóng
Vần điệu trôi dài mãi tuổi Thơ...

Tuổi dẫu Vàng bay, dẫu Đá qua,
Vàng chưa ai nhạt, Đá ai nhòa.
Trái tim vẫn tuổi Đồng trinh bạch
Thì sắc hương còn vẹn tuổi Hoa.

Thời gian có mỏi cánh chim bằng
Vũ trụ sang mùa tận thế chăng?
Anh vẫn còn Thơ về giáng bút
Em còn Hoa đủ kết hoa đăng

Hoa gieo ánh sáng ngập tinh cầu
Bút vẽ thành Thơ giấc mộng đầu
Nắng rộng mưa dài thu một nét
Không gian còn lại có bề sâu.

Lứa đôi tái thế vẫn tương phùng
Nguyên Thủy nào đâu khác Cực Chung!
Anh muốn dìu Em, giờ hiện tại,
Nghe trăng hòa điệu nước lên cung.

Hòa điệu lên cung trăng nước dậy
Xuyên ngang gió trận dọc mây thành
Tuổi Thơ này với Hoa Niên ấy
Muôn trước ngàn sau thăm thẳm xanh...

(Trích HOA ĐĂNG 1959)

ÂGE BLEU

Depuis que la douce lune rencontre le vent léger,
Que le fleuve d'émeraude enlace la montagne de jade,
Que la fleur attire le papillon et que le ciel s'incline vers la terre,
Tu m'aimes et tu m'appartiens.

Âge d'or[1] de la beauté, âge de pierre[1] de la fidélité?
Qu'importent les âges à ceux qui aiment!
A l'heure où le satin printanier se déploie en vagues,
Le fleuve des rythmes et des rimes s'écoule à l'Infini.
C'est l'âge POÉSIE[2].

Que l'or se ternisse, que la pierre se pulvérise,
Ni toi, ni moi, ne laisserons notre or perdre son éclat, notre pierre,
                                                       sa résistance.
Notre cœur a toujours l'âge d'airain de la pureté[1]
Et pour nous couleurs et parfums garderont à jamais l'âge Fleur.[3]

Ô Temps! Tes ailes d'alcyon sont-elles fatiguées?
L'Univers vieilli est-il près de sa fin?
Il me reste assez de poésie pour imprégner le pinceau,
Il te reste assez de fleurs pour préparer la fête des Lanternes
                                                           fleuries.

La fleur, de son éclat, transfigure le monde.
Le pinceau du poète trace le rêve de l'amour.
L'ampleur du soleil, la pérennité des pluies s'expriment en un seul
                                                           caractère.
L'Espace n'a qu'une dimension: la Profondeur.

Mộng Trắng Thơ Vàng Tóc Bạch Kim trang 56   *Vũ Hoàng Chương*

Notre couple se reformera dans les ères futures.
L'Extrême Origine se confond avec l'Extrême Fin.
Dès l'heure présente, je voudrais t'emmener
Ouïr la symphonie de la lune et des eaux.

Où la lune et les eaux vibrent à l'unisson,
Brisent la violence des vents, fendent la citadelle des nuages.[4]
Cette ère POESIE[2] *et cet âge Fleur*[3]*,*
Du passe millénaire au millénaire avenir, se fondent dans l'infini de
l'Azur.

(Extrait de LANTERNE FLEURIE 1959)

---

[1] Pour les Vietnamiens, l'Or est le symbole de la beauté, la pierre, celui de la fidélité et l'airain, celui de la pureté
[2] L'enfance
(3) La jeunesse
[4] Les vents violents et l'amoncellement des nuages sont considérés comme des présages de guerre.

tâm sự một người

Thơ ném mười phương
Tình trao thiên hạ
Mỏi nhớ mòn thương
Ngàn dâu bóng ngả.
Gối chăn ơi! hỡi chiếu giường!
Vùi đây tâm sự thê lương...

Tiếng thở dài sao rụng
Hàng lệ đắng mưa tuôn.
Đầu ấp vào ngươi
Mình riết vào ngươi
Dòng đau tâm sự khơi nguồn...
Bình sinh mộng đã hoàng hôn
Bông, tre, vải, cói... mồ chôn cuộc đời!

Ta khóc cùng ngươi
Ta giãi cùng ngươi
Dòng đau tâm sự đầy vơi...
Gối chông chênh, mền cũ nếp khâu rời
Chiếu mong manh, giường hẹp của ta ơi!
Trăng rụng nửa vời
Đêm mờ trọn kiếp
Nghiêng đĩa dầu vơi
Không thành giấc điệp.

Bảo giùm ta, gối hỡi chăn hời!
Phương nào sự nghiệp?
Tình mất đâu nơi?

Hương phấn vàng son ngoài cửa khép
Then cài nghe mộng tứ bề rơi...
Gối chăn yêu mến! Giường thân thiết!
Ta mở hồn ta với các ngươi.

(Trích HOA ĐĂNG 1959)

LE SECRET D'UN CŒUR

La poésie semée aux quatre vents,
Les sentiments galvaudés à la ronde,
Le cœur s'use dans la solitude,
Déjà le soleil allonge les ombres sur le champ de mûriers[1].
Ô coussins et nattes de ma couche,
C'est en vous que j'enfouis le secret triste de mon cœur,
Le regret, long comme la chute d'une étoile
Les larmes âcres, comme une pluie sans fin.
Sur vous, ma tête s'appesantit,
Contre vous, mon corps se presse;
Je m'abandonne au torrent de douleurs.
Le crépuscule s'étend sur le rêve de ma vie.
Mon existence est ensevelie sous la toile, le jonc et le
                                          bambou...

Je pleure près de vous,
Je me confie à vous.
Le torrent de douceurs déborde.
Coussins affaissés, vieux matelas décousu,
Natte mince, lit étroit, pauvres choses qui sont miennes!
La lune s'éteint au milieu de sa course
La nuit s'épaissit jusqu'à ne plus devoir finir.
L'huile de la lampe se consume. Déjà la mèche s'incline
Et le rêve Papillon[2] ne se réalise toujours pas.
Dites-moi, natte, coussins,
Dans quelle direction s'oriente ma destinée?
Où se meurt mon amour?

Mộng Trắng Thơ Vàng Tóc Bạch Kim trang 60   *Vũ Hoàng Chương*

L'or, les laques, les parfums sont là, derrière cette porte
                                                        fermée.
De ce côté, verrous tirés, j'entends mon rêve se disloquer de
                                                        toutes parts.
Ô natte, ô coussins amis, ô couche qui m'est si chère,
À vous je me confie...

(Extrait de LANTERNE FLEURIE 1959)

[1] Image de la vieillesse
[2] Voir note [7] du poème CANTIQUE DE DÉLIVRANCE.

mộng giao đài

Nắng vàng theo gió vàng lên
Có ai theo gió về trên lầu ngà?
Hương bay thềm quế xa xa
Nghìn thu chị Nguyệt chưa già, ai ơi!
Từ theo Trái Đất rong chơi
Vóc băng sương có đầy vơi ít nhiều.
Xót thay, lòng vẫn tiêu điều!
Lửa hành tinh, mấy mùa yêu, đã tàn...
Ngọc phai vàng tắt dung nhan
Tương tư lạnh khóa cung Hàn từng đêm
Lệ rơi ướt bảy màu xiêm
Ngang sông quạ réo càng thêm gợi sầu.
Lệ rơi xiêm ướt bảy màu
Ngang sông quạ réo gợi sầu tương tư.
Đêm qua gió vẳng lời thơ
Chiều nay lại một chiều mơ xuống trần
Có ai nặng tấm lòng xuân
Từ khi cõi tục xa dần cõi Tiên?
Có ai lòng nặng thiên duyên
Từ khi bụi xóa đường lên non Bồng?
Có ai tình cũ nặng lòng
Từ khi suối thắm nghẹn giòng Thiên Thai?
Để cho mộng biếc Giao Đài
Xe mây rẽ lối trần ai một chiều

(Trích HOA ĐĂNG 1959)

Vũ Hoàng Chương

RÊVE DU PALAIS DE JADE

Les rayons d'or montent dans le vent d'or.
Qui veut accompagner le vent au Palais d'Ivoire ?
Les parfums embaument le séjour du Cannelier.
Depuis l'éternité, la Belle Lune n'a point vieilli.
Comme au temps où elle accompagnait la Terre dans le
                              grand périple,
Sa ligne, demeurée pure comme neige et brume, a souffert à
                          peine de ses phases successives.
Hélas, son cœur est triste.
Après des siècles d'amour, l'ardeur que lui vouait la Terre
                              s'est peu à peu affaiblie.
Le jade se ternit, l'Or s'éteint dans sa beauté idéale.
Le mal d'amour la ronge en ce Palais de Glace qui demeure
                              fermé nuit après nuit.
Ses larmes coulent, intarissables, sur le sarong aux 7
                                    couleurs.
Le croassement des corbeaux, unissant leurs ailes sur le
                   Fleuve d'Argent[1], avive sa peine cruelle.
Ses larmes coulent toujours, et le sarong aux 7 couleurs en
                                 est tout imprégné.
Sur le Fleuve, les corbeaux croassant exaspèrent ce mal
                                      d'amour.
Hier, le vent apporta de la Terre l'écho de la POÉSIE.
Et tombe un nouveau soir. La Belle rêve au monde d'en-bas.
Ce chant est-il celui de quelqu'un qui l'aima
Quand l'Univers des mortels n'était pas encore séparé de
                                  l'Univers des fées?

Thi Tuyên

Emane-t-il d'un cœur qui se souvient de la céleste union,
Bien que les cendres aient effacé la voie menant au mont BONG-LAI?[2]
Est-il le message de celui qui demeure fidèle aux amours antérieures,
Bien que la Source des Pêchers conduisant à la grotte THIEN-THAI[2] ait été depuis longtemps anéantie?
Ce soir, le rêve du Palais de Jade se fait bleu
Et le char des nuages parcourt les chemins poussiéreux de la Terre[3].

(Extrait de LANTERNE FLEURIE 1959)

[1] Le pont des corbeaux (en plumes d'oiseaux) permet à des époux séparés d'aller l'un vers l'autre (Voir LES 28 ÉTOILES p. 28 et p. 56)
[2] Séjour du bonheur idéal.
[3] Légende vietnamienne: La déesse HANG NGA (personnifiant la Lune) se sent terriblement seule dans son palais de neige et de glace. Au Vietnam, on célèbre à la mi-automne la fête des enfants et des poètes. Voici un exemple de chanson chantée à cette occasion: "Ô Lune, viens t'amuser parmi nous, ici tu auras beaucoup d'amis. Nous t'offrirons des bols de riz onctueux, d'alcool parfumé". Anecdote chinoise: On raconte que l'Empereur des TANG (au 8è siècle) se rendit sur la lune au moyen d'un pont de soie. Il y fut le spectateur d'un ballet féérique: les danseuses portaient des vêtements brillant des 7 couleurs de l'arc-en-ciel.

loạn trung biệt hữu

Nguyên tác chữ Hán

Đối diện tằng xưng thiên lãi văn
Kim chiêu biệt hỹ bút ưng phần
Đông tây mộng quải tam canh nguyệt
Nam bắc tình khiên vạn lý vân
Trọc tửu cô đăng sầu bất ngữ
Hoàng sam thanh nhỡn ý hà vân?
Thu phong sạ khởi tiêu hồn cực
Hổ khiếu viên đề hoảng hốt văn

bản dịch Nôm

Từng khen tuyệt tác ấy văn trời
Tạm biệt từ đây bẻ bút thôi
Giấc mộng đông tây vầng nguyệt lửng
Tơ tình nam bắc đám mây trôi
Tỉnh say một cuộc đành không bạn
Hào hiệp ngàn xưa dễ mấy người
Chợt nổi gió thu lòng héo hắt
Đâu đây hổ thét vượn than dài

(Trích HOA ĐĂNG 1959)

SÉPARATION DE DEUX AMIS EN TEMPS DE GUERRE

Ensemble, nous nous sommes pénétrés de la poésie du Ciel.[1]
Ce matin, nos routes se sont séparées. Ne ferais-je pas mieux de briser mon pinceau?[2]
De l'Est à l'Ouest, notre rêve demeurera suspendu à la lune des trois veillées.[3]
Du Sud au Nord[4], nos cœurs se cramponneront à ce nuage de mille lieues.
Pour moi désormais, l'alcool est trouble, la lampe solitaire, la tristesse silencieuse.
Robe jaune[5]..., yeux verts[6]... quel sens vous donner encore?
Le vent d'automne se lève; mon âme s'anéantit jusqu'en son essence.
Déjà, je crois entendre en mon désarroi rugir les tigres et hurler les gibbons.[7]

(Extrait de LANTERNE FLEURIE 1959)

Ce poème fut écrit en chinois par VU-HOANG-CHUONG en 1947, puis traduit par lui en vietnamien.

[1] D'après les anciens poètes chinois, les astres, la terre, les monts, les fleuves, tout comme l'homme, ont leur poésie propre, mais la plus pure est celle du Ciel et chaque poète oriental s'efforce d'élever son inspiration jusqu'à elle.
[2] C'est à dire ne plus écrire de poèmes, dans la crainte que nul autre que son ami ne soit capable de les comprendre.
[3] Les orientaux divisent la nuit en 5 veillées, chacune d'une durée de 2 heures. Les "trois veillées" vont de la 2ème à la 4ème, soit de 21 heures à 3 heures du matin.
[4] "Du Sud au Nord", c'est la direction que prend le poète - soldat pour aller combattre dans le Nord, région de forêts et de montagnes.
[5] La "robe jaune" est celle que portent les chevaliers qui combattent pour protéger les faibles contre la tyrannie des puissants.
[6] "Yeux verts" l'expression chinoise symbolisant la parfaite communion. (Comme l'expression "yeux blancs" symbolise le mépris)
[7] En imagination, le poète se croit déjà transporté dans ces régions du Nord où rugissent les tigres et hurlent les gibbons vers lesquelles il se dirige.

Mộng Trắng Thơ Vàng Tóc Bạch Kim trang 66   *Vũ Hoàng Chương*

tiếng gọi mẹ

Ngôn ngữ trần gian: túi rách
Đựng sao đầy hai tiếng MẸ ƠI.
Văn tự: chiếc xe mòn xọc xạch
Đường sang cõi Mẹ ngàn trùng xa khơi.

Gọi lên bằng máu
- Tim rã rời.
Chép ra bằng nước mắt
- Lửa thiêu hố trũng lệ tan thành hơi.

Nơi đâu sâu thẳm gặp cao vời?
Mẹ còn hay đã mất?
Cao sâu đâu là nơi?
Tin hoa một sớm thơm đầy đất
Lòng cỏ ba xuân nát tới trời...

Nước có nguồn nên sầu chẳng tắt
Mây không bến gió mưa càng dằn vặt
Con còn nhớ Mẹ... có bao giờ, bao giờ nguôi!
Chuyến tàu chở Mẹ... làm sao, làm sao không phản hồi?
Nhưng bánh xe quay, đường chỉ một chiều thôi!
Mẹ đang đi cũng là đang trở về.
Ngàn năm ức triệu năm sau nữa
Thời gian tròn một chu kỳ...

Con nguyện nằm đây làm khối Vô Vi
Giữa sáu mặt giá băng, hàng vạn độ dưới độ hàn
chết chóc,
Liều thí nghiệm giấc trường miên khoa học
Chút hơi tàn may sẽ kéo dài tơ
Để mạch sống luồn qua sợi tóc
Con chờ,
Son sắt con chờ...
Bước Mẹ về như đũa thần chạm tới
Luồng điện ngủ phá tung dây quật khởi,
Mẹ sẽ cùng con
Tay sắt lòng son
Bẻ ngược máy Huyền Vi, cái "Mất" đổi ra "Còn".
Ôi Cỏ Vong Ưu, hãy kết Khải Hoàn Môn
Và Chữ Viết, ta phong ngươi Xe Bắc Đẩu
Và Tiếng Nói, ta phong ngươi Túi Càn Khôn.
Chở hết về đây cả ngàn phương mẫu tự
Chứa hết về đây cả ngàn phương sinh ngữ!
Để ta đủ chữ
Viết giòng vui mừng
Để ta đủ tiếng
Nói lời rưng rưng.
Giòng này dài hơn độ dài nối liền trong thân người
muôn mạch máu
Lời này vang như âm vang hòa điệu trong một người
hai trái tim.

Trở vòng hoa tang, chợt Mẹ bảo:
Kìa xuân lượn bướm ca chim
Hoa đã nở thành vòng quỹ đạo
Ngát mùi hương Cổ Kim!
Trông ra vũ trụ im lìm
Con ngoảnh lại: khói ban thờ rã cánh
Choãi dần vòng hương, nhòa dần nụ cười
Bóng Mẹ chìm sâu bức ảnh
Không gian mờ loãng chơi vơi...
Con thét lên; không còn phải giọng người.
Con khóc lên, không còn phải lệ rơi!
Hôm nay Mồng Một Tết
Con đập vỡ Đất Trời.
Hồn lạnh xương khô hai đáy huyệt
Mẹ có nghe tròn tiếng gọi của con không?

(Trích TRỜI MỘT PHƯƠNG 1962)

LE CRI MAMAN

La langue des hommes: une outre déchirée.
Comment peut-elle contenir ces syllabes: MA-MAN?
L'écriture: pauvre char bringuebalant.
Et le chemin qui mène à l'univers de Maman est si loin, si loin d'ici.

Crier un jet de sang
- Le cœur se brise.
Ecrire avec des larmes?
Le feu intérieur dessèche les larmes et les transforme en vapeur.

En quel endroit la Suprême Profondeur rejoint-elle la Cime Absolue?
Maman vivante ou vraiment morte?
"Cime Profonde" où te trouver?
Un matin la nouvelle des fleurs s'est répandue par toute la Terre
Le cœur de l'herbe "née des trois printemps"[1] est en lambeaux
                            jusqu'aux confins inaccessibles du Ciel.
L'eau a sa source d'où jaillit la tristesse intarissable.
Le nuage n'a point de port, ce qui intensifie la brutalité des orages.
MÈRE, ton fils se souvient de toi. Comment pourrait-il se consoler?
Pourquoi, pourquoi le train qui t'emporte ne prévoit-il pas le retour?
Mais la roue tourne et tourne. Le grand chemin est à sens unique
Tu pars, c'est que déjà tu reviens
Dans mille ans, dans mille fois mille ans se refermera le Cycle.
Je veux m'étendre ici dans le cercueil de glace
A des millions de degrés sous le zéro mortel.
Que la Science me prenne pour cobaye, essaie sur moi ses
                            expériences hasardeuses
Que mon souffle minime s'étire, mince comme un cheveu,
Afin de prolonger la source de la Vie
Et que j'attende... Oui, j'attendrai, Mère,
La minute de ton retour où, sous l'effet de quelque magie,
Le courant se brisera
Et où ce qu'on croit DISPARU redeviendra ce que l'on dit VIVANT.

Mộng Trắng Thơ Vàng Tóc Bạch Kim trang 70   *Vũ Hoàng Chương*

Toi, herbe qui fait oublier la tristesse[2], tresse toi en arc de
triomphe.
Et toi Écriture, je t'investis Char des Sept Étoiles.
Et toi Langage, je t'investis Cassette - Univers.
Amenez ici toutes les majuscules de tous les glossaires du monde,
Enserrez-les. Apportez moi tous les idiomes du globe.
Que j'aie assez de mots pour écrire la ligne du bonheur,
Assez de termes
Pour exprimer le vocable émotion,
Ligne qui devrait être plus longue que, rassemblées bout à bout,
toutes les veines, toutes les artères du corps humain,
Mot qui devrait vibrer, tel l'écho de deux cœurs à l'unisson, dans le
corps d'une mère.
Désignant les couronnes funèbres
Maman dit:
"Equateur fleuri,
Elles embaument les deux hémisphères de leur parfum d'Hier et
d'Aujourd'hui."

Mes yeux s'ouvrent: le cosmos est sans voix
Je reviens à moi-même sur l'autel, les fumées s'étirent, refroidies
L'ombre de Maman s'estompe, s'estompe,
Se fige en un Portrait.
Je crie: plus rien d'humain dans ce cri
Je pleure: ce ne sont point des larmes qui coulent.
En ce premier jour de l'année[3], je fais voler en éclat le ciel et la
terre.
O toi, Mère, au fond de la tombe, entends-tu pleinement le cri de
ton fils?

(Extrait de UN COIN DU CIEL 1962)

(1) L'herbe nait du climat des trois mois du printemps comme l'enfant nait de sa mère.
(2) Symbole de l'amour maternel.
(3) C'est à dire le premier jour de l'année lunaire. Au VIETNAM c'est la fête du TET qui dure 3 jours durant lesquels chacun invite les mânes de ses ancêtres pour les passer avec eux en complète communion.

thản nhiên

Đã đến giờ chia phôi.
Đầu tiên là khối óc
Ly thân cùng tôi.
Nó đi xa để được mở toang
                trên giòng sông thời gian bên lở bên bồi,
Thu lấy chân dung Sự Thật
Giữa khoảng đang thành đang mất
Của muôn ngàn ảo ảnh mồ côi.
Đã nhiều đêm rồi
Nó tra hỏi từng khúc quanh trong lòng Lịch Sử,
Từng nếp nhăn ngoài mặt Địa Cầu,
                luồng run trên mình Nguyên Tử.
Vắt cạn Đức Tin, vặn nát Hoài Nghi.
Mà chẳng tìm ra một nghĩa gì
Cho cuộc đời và cho chính nó.

Cả trái tim tôi
Cũng đòi biệt thế.
Nó quyết đi tìm Thượng Đế
Trên con đường không giới hạn bằng tiếng khóc
                                    trong nôi
Và điếu văn trước mồ.

Nó hy vọng sẽ đích thân làm nhạc trưởng
Đánh nhịp tưng bừng
                cho nước lửa hòa âm
                          trắng đen hợp xướng,
Cho bản đồng ca Ảo Tưởng
Hiện hữu vang lừng sân khấu Hư Vô...
Nó đã ngán bị giam trong lồng ngực
Giữa thời sung sức
Kéo lê thân phận chiếc đồng hồ
Mắc lăng nhăng vào một cột xương khô.

Chúng ra đi, kiêu hãnh,
Bằng thuyền không gian?...
                hay thuyền bào ảnh?
Bằng xe Tý Ngọ...
                hay xe Luân Hồi?
Không biết nữa.
Chỉ còn trơ lại đây thôi:
Một cái xác vô tâm,
              một con người phi lý!
Nhưng thiên hạ chung quanh nào ai để ý.
Nào ai cần hiểu ai đâu!
Họ sống theo khuôn, thời dụng biểu thuộc làu.

                              (Trích TRỜI MỘT PHƯƠNG 1962)

INDIFFÉRENCE

Déjà sonne l'heure de la séparation.
C'est mon cerveau qui veut me quitter
Pour s'en aller loin, très loin, s'épanouir sur le fleuve Temps
                                          aux deux rives,
L'une s'écroulant à mesure que l'autre s'enrichit de nouveaux
                                                alluvions.
Il veut y saisir le visage authentique de la VÉRITÉ, entre ce
                  qui nait et ce qui meurt, parmi des milliers
                              de chimères orphelines.
Que de nuits blanches déjà!
Avec quelle ardeur n'a-t-il pas interrogé chaque secret de
                l'Histoire, chaque ride de la Terre,
                          chaque frisson de l'Atome!
Il a pressé la Foi jusqu'à l'ultime goutte.
Il a tordu le Doute jusqu'à le réduire en charpie.
Pourtant, il n'a découvert aucun sens à la vie, aucun sens à
                                          lui-même.
Maintenant c'est mon cœur qui exige le divorce.
Il veut rechercher le Créateur, il le veut à tous prix!
Sur une voie qui ne soit point bornée par les vagissements du
        berceau, par l'oraison funèbre en face de la tombe.

Il veut être celui qui dirige l'orchestre et règle le concert où
           le feu et l'eau vibrent à l'unisson, où le blanc et le noir
                  se mêlent en harmonieuse symphonie,
Afin que le chœur ILLUSION se produise sur la scène du
                                      théâtre NÉANT.

Mộng Trắng Thơ Vàng Tóc Bạch Kim trang 74   *Vũ Hoàng Chương*

Il n'en peut plus d'être prisonnier dans mon torse,
Trainant sans fin - lui si plein de ferveur - le misérable lot d'un pendule accroché vaille que vaille à une colonne d'ossements.
Ivres d'orgueil, ils sont partis.
Ont-ils emprunté le navire de l'espace[1] ou le sampan d'écume et d'ombre[2] ou le char NORD-SUD[3] ou la roue Métempsychose[4]?
Je ne sais!
Il ne demeure de moi qu'un corps privé de cœur, un être vide de cerveau.
Mais personne alentour n'en a cure
Personne ne s'intéresse à personne. Nul ne cherche à comprendre quiconque.
Tels des robots, les hommes n'ont d'autre souci que de suivre mécaniquement un horaire fixé d'avance.

(Extrait de UN COIN DU CIEL 1962)

---

[1] L'astronef
[2] Expression bouddhique signifiant la destinée humaine (aux yeux de Bouddha, la vie est un océan de larmes)
[3] Allusion à l'histoire du Vietnam: au 15è siècle avant Jésus Christ, une délégation de ce pays s'en fut en Chine et reçut de l'Empereur un char muni d'une aiguille aimantée indiquant la direction Nord- Sud, ce qui l'aida à regagner son pays.
[4] Symbole bouddhique de la transmigration des âmes.

xuân mới

Ra đi chẳng nhớ tự đêm nào
Đến đây không biết đây là đâu.
Ngẩng đầu: khuôn chữ mới
Vàng sao ngậm chặt nghĩa thiên thư.

Cúi xuống dò thăm mạch địa từ:
La bàn kim chết đứng.
Thời Gian bước hững
Ra ngoài Hiện Hữu rồi chăng?

Không Gian cũng vặn mình:
Cả ba chiều gẫy thăng bằng.
Trượt qua "điểm uốn"
Hệ Thái Dương vừa đổi dấu Âm...

Kỷ niệm mang mang tràn về tâm hồn
Trăng đứng ra làm định tinh
Hoa từ nay có mặt nhưng vô hình:
Nắng tím đốt không phai,
Chỉ là bóng!
Chỉ là hương,
Gió hái mỏi rời tay!

Bức tranh "Vũ trụ hồi nguyên"
Phá hết khung phương hướng.
Nét Thủy hình Kim chen cài Thổ Mộc
Ánh lên màu Hỏa thành Thơ...
Lật ngược càn khôn tìm đáy túi,
Bắt được Mùa Xuân Tình Cờ.

(Trích TRỜI MỘT PHƯƠNG 1962)

Printemps Nouveau

Depuis quelle nuit suis-je parti?
En quel endroit suis-je arrivé?
Levant les yeux, je lis une page nouvelle.
L'or des étoiles garde jalousement le secret du livre céleste.

Je me courbe, tâtant le pouls de la Terre.
La roide aiguille de la boussole est morte
Le Temps hasarde son pas Hors du réel, peut-être?

L'Espace se désagrège
Dans les trois dimensions sé rompt l'Équilibre,
Glissant sur la courbe qui s'infléchit
Le système solaire rutilant fait place au négatif lunaire.

Les souvenirs déferlent en marées.
La lune règne sur son trône immobile.
La fleur demeure présente mais invisible;
Les rayons imperceptibles la brûlent sans la décolorer:
Elle n'est qu'ombre!
Elle n'est que parfum:
Le vent s'épuise en vains efforts à vouloir la cueillir.

Image de l'Univers retournant à L'Origine.
Anéantis tous les points de repère.
L'EAU, le MÉTAL, se marient à la TERRE, au BOIS
S'unissent dans les reflets du FEU[*], créant la POÉSIE.
Retournant la Sphère pour pénétrer son secret
Je tiens le PRINTEMPS IMPRÉVU

(Extrait de UN COIN DU CIEL 1962)

[*] Au Vietnam, l'eau, le métal, la terre, le bois et le feu sont considérés comme étant les cinq éléments.

cười vang giữa cuộc

Một phen núi chuyển sông dời
Ngẩn ngơ gạch đá tơi bời cỏ cây
Sầu Nam Bắc nhớ Đông Tây
Xuân sang nghe cũng bùn giây áo đào
Chống tay giọt lệ tuôn trào
Ngó sâu nước vẫn nhìn cao trăng mờ
Đã toan khép chặt Lầu Thơ
Đầy song cũng chả buồn vơ bóng thiều
Tình đời gươm những muốn kêu
Việc đời toan những lửa thiêu men vùi
Mây kia rằng tiến rằng lui
Tơ xanh bông trắng ngậm ngùi hành nhân
Giả thân nằm đối chân thân
Nửa đêm giữa cuộc phong trần cười vang
Đá đâu lên tiếng thay vàng
Gỗ đâu mở mắt hai hàng bạch dương

(Trích TRỜI MỘT PHƯƠNG 1962)

ÉCLAT DE RIRE DANS LE CHAOS

Tandis que se disloquent les monts, que s'abolissent les
fleuves,
Les pierres sont lourdes d'une infinie tristesse, les arbres et
les herbes s'abandonnent à de vaines agitations.
Partout, du Sud au Nord, de l'Est à l'Ouest, regrets et
nostalgies...
Le printemps vient, et sa robe rose elle-même semble tachée
de boue.
Perdu dans ce chaos, je ne puis retenir mes larmes.
Trouble est l'eau profonde, opaque la voûte qui me
surplombe.
Alors je me renferme dans le Palais Poésie !
Dédaignant de capter les rayons printaniers qui caressent ma
fenêtre,
Je pense à la folie des hommes et je brandis mon épée
comme un cri.
Je voudrais brûler le monde au fourneau de ma pipe, le
noyer dans l'alcool en ferment.
Ce nuage qui passe, je ne sais s'il avance ou s'il recule.
Fils de soie bleue... fils de soie blanche[*]... combien le
voyageur est triste !
Ce moi fictif face au moi réel.
A minuit, dans le vent et la poussière, j'éclate d'un rire
immense.
O Pierre, discours à la place de l'Or!
O Bois, contemple ces rangées de cyprès!

(Extrait de UN COIN DU CIEL 1962)

[*] Chevelure noire, chevelure blanche. Allusion aux âges de la vie.

vũ vô kiềm tỏa

Còn mưa, còn mưa, chưa ngớt đâu!
Mưa qua ngày trắng sang đêm nâu.
Đồng hồ như chạy bằng hơi nước
Chở nặng Thời Gian vạn chuyến tàu.

Còn mưa, còn mưa, chưa dứt đâu!
Mưa xuyên biển Á qua trời Âu.
Không Gian nổi loạn... muôn hình thể
Như chiếu vào gương lõm mặt cầu.

Còn mưa, còn mưa, chưa tạnh đâu!
Mưa trút bề cao vào bề sâu.
Tư Duy chết đuối theo Tiềm Thức
Mờ hết thiên tâm loãng địa đầu.

Còn mưa, chưa biết đến bao giờ...
Thôi hẳn sông Ngân nước vỡ bờ!
Trái Đất trườn ra ngoài quỹ đạo
Vẫn không vượt khỏi ngục tù mưa.

Còn mưa, rồi sẽ đến vô cùng!
Khối nước đè lên bẹp thủy cung
Ngũ Đại Dương thành tên gọi hão
Năm châu vùi xuống đáy mồ chung.

tranh Suzanne Bomhals

Còn mưa, chẳng một cõi Vô Thường
Mà cả tình thiên cả túy hương
Cũng đến giam trong kiềm tỏa ấy
Con Người thôi hết đất xưng Vương!

Trái Nước thay vì Trái Đất quay
Mưa, mưa... xiềng xích bốn bề vây
Họa chăng nhờ phép Thần Non Tản
Còn vững Thi Sơn một đỉnh này.

(Trích TRỜI MỘT PHƯƠNG 1962)

La Pluie et ses Rets

Il pleut... toujours... encore... Il pleut... Nul présage d'éclaircie.
La pluie s'étire à travers jours et nuits.
Telle une machine trainant après elle 60 wagons lourds de Temps,
L'horloge semble mûe à la vapeur d'eau.

Il pleut... toujours... encore... Il pleut... Nul présage d'éclaircie.
La pluie s'étire à travers les océans asiatiques et les cieux
                                                européens.
L'Espace en révolte reflète ses mille visages
En ce miroir déformant.

Il pleut... toujours... encore... Il pleut...
La pluie déverse tout le Ciel sur la Terre.
Après le Subconscient, c'est la Pensée qui se noie.
Le cœur céleste se vide, les extrémités de la Terre se liquéfient.[1]

Toujours... encore... il pleut... jusqu'à quand, nul ne le sait.
Peut-être le Fleuve d'Argent a-t-il rompu ses digues.
La Sphère se débat, glisse hors de son orbite
Sans échapper à sa prison de pluie.

Toujours, il pleut... Il pleuvra jusqu'à la fin des Temps
Le déluge anéantira les palais du dieu marin
Les 5 océans deviendront de vains noms
Les 5 continents seront ensevelis dans une même tombe.

Toujours, il pleut. Ce n'est pas seulement le monde matériel
Mais l'Univers de l'Amour, le Pays du Rêve
Qu'engloutiront ces mailles serrées.
Homme! Il ne te restera nul lambeau de terre pour t'en proclamer
                                                                      Roi!

Dans le cycle cosmique, la Sphère liquide remplacera la Sphère terrestre.

Pourtant... Sous la protection toute puissante du dieu de Tan-Vien[2],

Peut-être - espoir suprême - émergera dans l'Infini
Le sommet du mont POÉSIE !

(Extrait de UN COIN DU CIEL 1962)

---

[1] Les 2 pôles de la Terre.
[2] Le mont Tan-Vien est le sommet le plus élevé du VIET-NAM. Légende vietnamienne: 2000 ans avant notre ère, SON-TINH le dieu des monts et THUY-TINH le dieu des eaux, demandèrent tous deux la main de la princesse MY-NUONG, fille unique du Roi. La jeune fille choisit SON-TINH et l'accompagna sur le mont TAN-VIEN. Furieux, THUY-TINH fit monter le niveau des eaux et encercla la montagne que son heureux rival suréleva à mesure. Ainsi la colère de THUY-TINH ne s'apaisa jamais.

khai sinh

MÂY chợt hiện hình ra mặt giấy
Bắt đầu Bài Thơ.
Hỏa sơn từ bao đời câm tiếng
Vươn mình lên mở miệng
Uốn cong lưỡi lửa đánh vần:
Một phụ âm và hai nguyên âm.

Dấu mũ trên chữ A
Là chim bay lộn ngược
Trên nền trời giấy trắng bao la,
Trùng dương vội vàng in lấy bóng
Chim bay dìu mây bay.

Nhìn xuống trang thơ... đâu rồi nét mực?
Chúng ra đi bất chấp giấy thông hành
Ta đòi, chỉ được trả hồi thanh.
Mây và chim kết thành
Đôi tị dực bay về Vô Cực.
Không Gian thầm lo:
Sợ chúng tới đầu kia là chính mình sẽ hết.
Cho nên tự kéo dài ra.
Từng phút dài thêm nữa...
Dài mãi đến thành một dải lụa
Đến thành một sợi dây.
Bỗng đầu dây bật mạnh sức đàn hồi:
Mây lại nằm nguyên trên giấy đây thôi.

Hỏa sơn cười sặc sụa
Rung chuyển vòng đai biển Thái Bình,
Một lần nữa uốn cong lưỡi lửa
Ngùn ngụt thi nhau tập đánh vần:
Một phụ âm và hai nguyên âm.

Học trò mới ào ào lớp sóng
Lưỡi mặn cứng phát âm còn ngọng
Bắn tung nước bọt
Ướt nhòe đêm trăng.
Này trông non biển đầy trang
Về kia xếp lại thành hàng!
Ta có bài thơ Vũ Trụ.

Vì cánh chim ngược trời bay chỉ là dấu mũ
Trên chữ A
Và đám mây kỳ diệu của ta
Chỉ là "mây quốc ngữ".
Thì hỏa sơn, trùng dương
Cũng hiện cả lên thành danh tự
Cao nằm chót vót, tràn dâng mênh mang.
Động, tĩnh... gồm hai qua ý chữ
Vần bằng, vần trắc liên hoan.

Ôi vạn vật hoài thai trong Thi Tứ,
Các ngươi được khai sinh nhờ Văn Tự!
Thơ ta làm nên Không Gian.

(Trích TRỜI MỘT PHƯƠNG 1962)

NAISSANCE

Le NUAGE (en vietnamien: MÂY) s'imprime sur la page
Commençant le poème.
Le volcan, muet depuis des siècles,
Baille, ouvrant son cratère,
Et, courbant ses langues de feu, épelle:
Une consonne et deux voyelles.

Le chapeau sur la lettre A
Est un oiseau qui vole à la renverse
Sur le ciel de papier d'une immense blancheur.
L'océan s'empresse d'y tracer une ombre
Et l'oiseau dans son vol entraine le nuage.

J'attache mon regard sur la page commencée.
Où sont les caractères ?
Déjà ils fuient sans passeport.
J'ai beau dire, je n'obtiens que de vagues échos.
Le nuage et l'oiseau se réunissent,
Couple de "tị-dực"[1] volant vers l'Infini.
Le Temps soudain est pris d'inquiétude:
S'ils allaient atteindre le Terme?
Alors, il s'étire, s'étire,
Chaque minute l'allonge, l'allonge encore
Jusqu'à le réduire à un lien de soie,
Jusqu'à le réduire à un simple fil.
Et puis le fil se détend
Ramenant le nuage
Que je retrouve immobile, étendu sur le papier.

Le volcan éclate d'un rire saccadé,
La ceinture du Pacifique tressaille.

Mộng Trắng Thơ Vàng Tóc Bạch Kim trang 86   *Vũ Hoàng Chương*

De nouveau les langues de feu s'élancent,
Rivalisent d'ardeur à épeler:
Une consonne et deux voyelles.
A l'école des vagues, les nouveaux murmurent sourdement.
Leurs langues, raides encore de sel marin,
Se plient avec peine. Il bégaient!
Leur salive qui s'éclabousse en tous sens
Rend humide et opaque le clair de lune.
Regarde... Monts et mers emplissent la page!
Ils accourent de toutes parts pour s'y ranger en bon ordre.
J'obtiens le poème Univers.

Parce que l'oiseau volant n'est que l'accent
Posé sur la lettre A.
Parce que le nuage, mon nuage mystérieux,
N'est qu'un nuage en caractères de mon pays.
Ainsi le volcan et l'océan et tous les autres
M'apparaissent en mots.
L'un atteint des hauteurs vertigineuses
L'autre s'étale en des étendues sans limites,
Agissantes ou statiques[2] selon leur sens respectif.
Les syllabes horizontales et les syllabes inclinées[3] s'entremêlent
                              harmonieusement.

Ô multiples créations conçues par un esprit inspiré,
C'est par l'Écriture que vous êtes mises au monde.
Mon poème a créé L'Espace.

(Extrait de UN COIN DU CIEL 1962)

[1] Oiseaux prenant leur essor en s'appuyant sur leurs ailes.
[2] Le verbe et l'adjectif sont dits respectivement en vietnamien: mot de mouvement et mot de tranquillité
[3] Dans l'alphabet vietnamien on distingue 2 sortes de syllabes: celles se terminant par une voyelle sont dites "horizontales", celles se terminant par une ou deux consonnes sont dites "inclinées".

Thơ S. K. de La Cœuillerie

Quelques Poèmes
de
Simone Kuhnen de La Cœuillerie
avec
Versions Vietnamiens
de
Vũ Hoàng Chương

Một vài thi bản của nữ sĩ
Simone Kuhnen de La Cœuillerie
và bản dịch của Vũ Hoàng Chương

TANNKAS ET HAIKAIS

Dans un cendrier
Cendres et bouts de cigarettes;
Dans l'air, fumée bleue;
Mais du fauteuil vide
Le fumeur est parti...

Sous l'éventail peint
Que ta main frêle balance,
Qu'exprime ta bouche?
Ironie... Amour... Dépit?...
L'éventail le sait.

- "Là finit la terre"...
Dis-tu devant l'horizon.
Mais quand tu l'atteins
Tu vois un autre horizon,
Et tout recommence.

Le bonheur habite
Là tout près sur l'autre rive.
Le pont est tourne.

Bois précieux, papier sales,
Vieilles lettres, vieux chiffons...
Tout fait flamme...

Rosée, pluie ou neige,
Sueur, sang ou larmes,
La terre boit tout.

Une fleur croît dans l'ombre...
Mes yeux ne la voient
Mais son parfum me dit son nom...

Thi Tuyển

đoản ca và bài hài

Vụn tro tàn mẩu thuốc thừa
  Còn kia
Vệt khói xanh mờ còn đây
Mà đi mất hút người say
Quạnh hiu một chiếc ghế này trống không.

Phất phơ quạt lụa tay ngà
Phía sau chiếc quạt, miệng hoa ngàn trùng.
Oán hờn... mai mỉa... nhớ nhung?
Ý gì đây?
  Quạt hiểu cùng đó thôi.

"Đằng kia địa cầu hết."
Cô em bảo thế trước chân trời.
Nhưng khi đã tới nơi
Em thấy một chân trời khác,
Và tất cả lại bắt đầu.

Hạnh phúc ở gần lắm
Bên kia bờ đấy thôi.
Bắc ngang sông cầu đã quay rồi.

Gỗ quý, giấy nhầu
Thư cũ, giẻ lau
Tất cả đều nuôi ngọn lửa.

Mưa móc hay sương tuyết
Lệ hay giòng huyết giọt mồ hôi
Đất kia đều uống hết.

Trong bóng tối bao la
Hoa nở nhìn không thấy
Nhưng mùi hương đã mách tên hoa.

IL EST VENU

*Il est venu de l'Orient
Pour nous apporter un poème.*

*Il a survolé le pays de la faim
Le pays où la soif n'est pas désaltérée
Et les villes en guerre et les villes en deuil.*

*Il a survolé la fièvre des hommes,
Les typhons, dévastant les terres ou les vies.
Il a plané très haut par dessus la géhenne
Où bien plus que les corps, les âmes sont esclaves.*

*Il a passé sans le savoir
Par dessus l'usine où dans l'ombre
Nait la fusée, fille cadette de la mort.*

*Traversant l'air porteur de messages secrets
Plus chargé chaque jour de miasmes morbides*

*Il est venu de l'Orient
Pour nous apporter un poème.*

chàng đã đến

Chàng đã đến từ phương Mặt Trời
Để trao tặng một bài thơ cho chúng tôi.

Chàng đã lướt bay trên nhều vùng đói khát
Lửa triền miên đốt ruột thiêu môi,
Trên bao thị trấn đang lưu huyết
Và những đô thành khoác áo thôi.

Chàng lướt bay trên cơn sốt của bao người,
Trận cuồng phong tàn khốc.
Nhẹ cánh đằng vân, chàng bay qua địa ngục
Giữa nhân gian, cõi ấy chính là nơi
Còn nô lệ tâm linh gấp mấy hình hài...

Chàng đã vượt qua mà chẳng biết
Dưới kia xưởng máy đêm đầy vơi
Cô con gái út của Thần Chết
Mỹ danh Hỏa Tiễn, đang ra đời.

Lớp khí quyển thoi đưa ngàn mật tín
Bầu khinh thanh bụi độc nhiễm không ngơi
Chàng đã băng qua, và phương này đã đến.

Chàng đã đến từ phương Mặt Trời
Để trao tặng một bài thơ cho chúng tôi.

thủ bút đề tặng kịch tác gia Vi Huyền Đắc trong
Thi Tuyển bản đặc biệt đánh số 50
(Ông Hàng Trọng đã giúp đọc các dòng chữ thảo này)

**Vi quân Huyền Đắc các hạ thỉnh giám
đệ Vũ Hoàng Chương thân tặng**

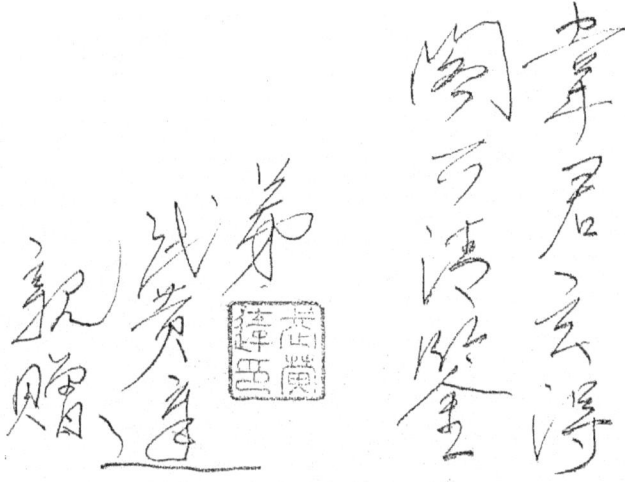

POEMES CHOISIS

THI TUYỂN

16/6/63

Tân Thi
Nouveaux Poèmes

Notes

Sur l'auteur

Vũ Hoàng Chương

Né le 5 Mai 1916 à Nam Dinh, près de Hanoi, issu d'une famille de lettrés.

Vũ Hoàng Chương est humaniste. Il possède une large connaissance des philosophies et des littératures d'Orient et d'Occident. Il fut à l'avant-garde des mouvements littéraires dans son pays. Pour lui, le poète d'aujourd'hui doit renouveler son inspiration et son vocabulaire, tout en demeurant fidèle à son "moi", lequel est unique et inchangeable. Sa poésie est essentiellement lyrique.

Vũ Hoàng Chương participa à la fondation du Pen Club du Centre Vietnam. Il assista aux journées de la 4e Biennale Internationale de Poésie comme chef de la délégation vietnamienne.

(Extrait de l'anthologie mondiale: Un Demi Siècle de Poésie, par Pierre-Louis Flouquet, éditions de La Maison du Poète, Bruxelles 1963)

Sur la traductrice

Simone Kuhnen de La Cœuillerie

Née à Bruxelles. Publia en 1950 son 1er recueil "Poèmes du Désespoir" où l'on trouvait un souffle large et un accent pathétique. Autres recueils: Du Nouveau sur les Étoiles, Pays d'Ouest, Audi Voces Silentii, Le Bestiaire humanisé, Tannkas et Haïkaïs, Fleurs en Guirlandes tressées.

De son amitié avec le poète vietnamien Vũ Hoàng Chương rencontré aux Biennales Internationales de Poésie, à Knokke, naquit un volume de traductions d'œuvres de ce poète délicat et profond: Les Vingt-huit Étoiles.

(Extrait de l'Anthologie de la Troisième Décade: 1950-1960 par Pierre-Louis Flouquet, éditions de La Maison du Poète, Bruxelles 1963)

Vài nét

về tác giả

Vũ Hoàng Chương

Thi sĩ Vũ Hoàng Chương sinh ngày 5 tháng 5 năm 1916 tại Nam Định, gần Hà Nội, trong một gia đình trí thức.

Là một nhà nhân bản, ông có kiến thức sâu rộng về triết học và văn học cả Đông phương lẫn Tây phương. Ông là người đi đầu trong phong trào văn học ở nước mình. Đối với ông, nhà thơ ngày nay phải có nguồn cảm hứng tân kỳ và sở hữu những từ vựng mới mẻ, nhưng vẫn giữ được "cái tôi" của mình, vốn độc đáo và không hề thay đổi. Phong cách chính của thơ ông là trữ tình.

Ngoài việc góp phần thành lập Trung Tâm Văn Bút Việt Nam, ông cũng từng tham dự Hội nghị Thi ca Quốc tế Lưỡng niên lần thứ IV với tư cách là trưởng phái đoàn Việt Nam.

(Trích tuyển tập thế giới: Nửa Thế Kỷ Thơ, của Pierre-Louis Flouquet, ấn bản La Maison du Poète, Bruxelles 1963)

về dịch giả

Simone Kuhnen de La Cœuillerie

Nữ thi sĩ Simone Kuhnen de La Cœuillerie sinh tại Bruxelles. Năm 1950 cô cho xuất bản tuyển tập đầu tiên "Những bài thơ tuyệt vọng", tác phẩm đó như một luồng gió mênh mông đi cùng với một âm điệu bi thương. Các tuyển tập khác của cô: Tin tức về các vì sao, Đất nước phương Tây, Lắng nghe tiếng thầm, Nhân cách hóa loài thú, Đoản ca và bài hài, Hoa kết thành tràng.

Giao tình với nhà thơ Việt Nam Vũ Hoàng Chương qua việc gặp gỡ tại Hội nghị Thi ca Quốc tế Lưỡng niên ở Knokke đã tạo nên một thi tập mới gồm các bản dịch những tác phẩm của nhà thơ tinh tế và sâu sắc này: Nhị thập bát tú.

(Trích Tuyển tập cho thập niên thứ ba: 1950-1960 của Pierre-Louis Flouquet, ấn bản La Maison du Poète, Bruxelles 1963)

N.K. phỏng dịch.

Thi Phẩm
người nữ hoa tiêu

Em đến từ trang sách họ Bồ,
Mang theo mùi đất ẩm xương khô?
Hay là - ôi nét cười siêu thực! -
Em đến từ tranh Picasso?

Em đến từ đâu cũng chẳng sao!
Từ tranh? từ sách? từ chiêm bao?
Từ căn gác hẹp nhà bên nữa!
Từ chuyến phi cơ hải ngoại nào!

Vì anh chờ đã mấy pha phôi,
Hồn nhập bao nhiêu xác tục rồi!
Từng phút, hành trang anh sắp sẵn,
Đăng trình riêng đợi có em thôi.

Mình em biết lái thuyền không gian
Ngồi xuống đi em, dạo bản đàn!
Nhạc nổi "tề tâm"... Vòng điện tử
Vút siêu tần số; Địa cầu tan.

Sức nổ tung trời bỏ lại sau
Hư vô... Hai đứa ngã vào nhau.
Xứ Lưu đày xóa rồi, em ạ!
Huyền thoại từ đây một Trái Sầu.

Còn thơm dư vị phút lên đường,
Hé cặp môi đào: "Mộng cố hương
Rối loạn trong vòng tinh tú ấy,
Sao anh trời vẫn chẳng hai phương?"

Thuyền vượt Ngân hà chợt cảm thông:
"Trần gian, anh có phút nào không
Chờ nhau tới khóc?"... Lời chưa dứt
Người nữ hoa tiêu lệ vỡ giòng.

Sàigòn, 1964

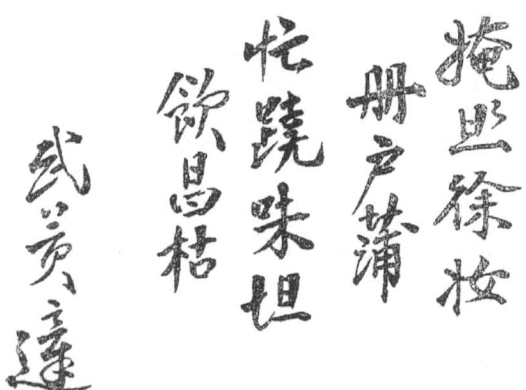

Page calligraphiée par l'auteur, représentant les 2 premiers vers du poème MON AMIE PILOTE dans l'ancienne écriture vietnamienne.

Hai câu đầu bài người nữ hoa tiêu *viết bằng chữ Nôm*

Mộng Trắng Thơ Vàng Tóc Bạch Kim trang 6   *Vũ Hoàng Chương*

mon amie pilote

Êtes-vous sortie d'un livre de Po Sung Ling[1],
Répandant autour de vous le parfum de l'humus moite et des
                              ossements desséchés,
Ou bien - oh, ce sourire surréaliste!
Vous êtes-vous échappée d'une toile de Picasso?

Qu'importe d'où vous venez!
Du livre... du tableau... du rêve...
De ce petit boudoir de la maison voisine...
De ce banal avion d'outre-ciel...
Ou de ce bateau imposant d'outre-mer?

Je vous ai espérée à en mourir, et à tant de reprises!
Successivement, mon âme s'est incarnée dans mille et mille
                                    enveloppes.
Maintenant je suis prêt à partir,
Et je n'attends que vous pour le suprême voyage.

Vous seule êtes capable de manier les commandes de la
                                  gondole spatiale.
Asseyez-vous à mes côtés et préludez sur votre harpe.
Aux vibrations de la musique
Les atomes se désagrégeront et la Terre sera disloquée.

L'explosion gigantesque a tout anéanti.
Seuls nous demeurons, nous les amoureux, fondus l'un dans
                l'autre au cours de l'effroyable secousse.
Et je vous dis: "Il est effacé, le monde de l'Exil."
La Terre n'est plus qu'un mythe, celui du "Fruit de
                          Mélancolie."

Tout embaumées de la saveur de cet heureux départ,
Vos lèvres s'entr'ouvrent, tremblantes: "Votre rêve
                nostalgique de tant de siècles,
Sans cesse embrouillé par les innombrables trajectoires des
                                astres,
Comment avez-vous fait pour qu'il garde toujours cette
                      unique direction[2]?

Je demeure silencieux, mais lorsque la gondole franchit
                      le "Fleuve d'Argent"[3]
Mon amie-pilote, brusquement éclairée, murmure à mon
                                oreille:
"Au cours de votre séjour terrestre, combien de fois avez-
                  vous pleuré dans l'attente[3']?"
Et, avant que je puisse lui répondre, elle se dissout en
                                larmes...

[1] Auteur de récits fantastiques.
[2] Celle qui devait mener le poète vers la femme aimée.
[3] & [3'] La Voie Lactée. - Allusion à la légende viêtnamienne du Bouvier et de la Fileuse pleurant leur amour sur les deux rives séparées par le Fleuve d'Argent.

Mộng Trắng Thơ Vàng Tóc Bạch Kim trang 8   *Vũ Hoàng Chương*

biển câm nổi sóng

tặng Luna thứ 9 [1]

Tuổi Thế kỷ Sáu Mươi vừa lẻ Sáu
Lịch mặt trời ghi: tuyết rã băng tan.
Lắng trên giòng Thời gian:
Mùa Bảo bình nghiêng đổ,
Vách đêm sâu, Con đường Sữa [2] đăm chiêu...
Cũng là đêm đầu tiên
Mùa xuân Á châu mừng gương nguyệt tròn,
Theo lịch của người đời Thượng cổ
Lấy mặt Trăng làm điểm tựa chon von;
Như đã lấy Nông làm Thần,
Trỏ các ngôi sao đặt tên: Cái Sàng, Cái Đấu,
Nghe tiếng nổ tinh vân thành nhạc lúa vang giòn.

Phải rồi, đêm nay là Nguyên tiêu
Của Hương cảng, Đông kinh, Vọng các, Sàigòn.
Mặc dầu trăng xế ngàn dâu
Hay đứng trên đầu vằng vặc
Hay đang vượt chân trời lấp ló sườn non!

Lưng chừng canh khuya, trái hợp kim
Ghé bến vòng sao du mục.
Từ lúc ra đi hướng nổi phương chìm
Đã mấy thời gian đằng đẵng;
Nay mới được buông xuôi đường thẳng,
Ngược lẽ Hóa Sinh, tự bóc mình ra
Để phút chốc mang hình một đóa hoa

Giữa khoảng chân không, xòe bốn cánh
Rơi xuống Nguyệt Cầu
Chẳng khác trùng dương hạ cánh âu.

Nơi ngày xưa thi bá Nguyễn Tiên Điền
Với Cao Chu Thần, Lão Đỗ, Trích Tiên
Vẫn gọi là "Cung Quảng"
Vừa rung lên khuôn mặt đá mềm.[3]
Khí quyển bao quanh vô cùng nhẹ, loãng,
Sao có được âm thanh?
Chỉ thấy điện ba dài, ngắn, tung, hoành!

Ôi, Trái kết thành Hoa, ắt nở Hoa thành Nụ,
Và Nụ chuyển thân về Hạt nguyên trinh!
Nguyệt Cầu, muôn thuở vệ tinh
Của Trái Đất, chưa một lần hội kiến;
Khuya nay khối hợp kim này đại diện
Tới gieo mầm tương cảm đó chăng?
Sứ giả kia ơi, còn rung động nào bằng?

Nhưng khối hợp kim chẳng là Địa Sứ;
Thông điệp còn lơ lửng trên cao...
Những hình ảnh bấy lâu vùi sâu huyền sử
Đã vươn lên từ ngôn ngữ ca dao,
Từ thần thoại, gốc tâm hồn Nhân loại,
Theo sát đường bay, vút hướng muôn sao.
Hoa Sắt Thép bị sáu bề vây bủa,
Một từ trường dệt mau như tơ tằm sóng lúa,
Kìa bóng Cây Đa, kìa nếp Vũ Y,
Này Chú Cuội, này Con Trâu, này bờ ao bãi cỏ,

Và Cối thuốc trường sinh trắng phau Ngọc Thỏ,
Mộng Thanh bình siết chặt mãi trùng vi...
Hạt Chiến tranh gieo? - Tàn lụi tức thì!

"Gieo rắc không tàn lụi,
Riêng có hạt Từ Bi!"
Đáy Biển Câm bật thành tiếng nói
Truyền qua ruột Khối vô tri,
Gửi về dải núi Oural trùng trùng điệp điệp,
Gửi cả về con sông dài Mississippi.

Ngàn thu bóng nguyệt
Chẳng khuyết câu thề,
Vẫn tròn như vai thần tượng,
Đầy như hy vọng gái quê.
Đâu đó Tháp Chàm đang hủy diệt?
Hay Khải Hoàn Môn đang hôn mê?
Sóng Thơ bảy sắc hồng nghê
Mỗi đêm trăng tỏ rung về trần gian.

Sàigòn, 04-02-1966

[1] Luna 9, hay Lunik 9, là phi thuyền không gian Liên Xô, vật thể nhân tạo đầu tiên đáp nhẹ nhàng (soft landing) xuống mặt trăng ngày 3 tháng 2 năm 1966, lúc 18:45 UTC (tức 1:45 sáng giờ VN ngày 15 tháng Giêng năm Bính Ngọ) tại Biển Bão (Ocean of Storms).
[2] Con đường Sữa: la Voie Lactée, tức dải Ngân Hà (Milky Way galaxy)
[3] Trong thi phẩm **Bút Nở Hoa Đàm**, câu này in là
    Vừa thoáng rung khuôn mặt đá mềm.

message de la mer de silence

à Luna 9

Le siècle a soixante-six ans;
Selon le calendrier solaire, c'est la saison de la glace
                                                  fondante.
Le Temps nous ramène le signe du Verseau, plus impétueux
                                                  que jamais.
La nuit s'agite, la Voie Lactée palpitante s'inquiète.[1]
C'est la première nuit de l'année, celle où la lune est pleine,
Son miroir parfaitement rond est salué par le printemps de
                                                  l'Asie;
D'après le calendrier des hommes de la plus haute antiquité.
Calendrier qui prend la lune pour base, une base
                                      gracieusement vagabonde.
Hommes qui choisissaient pour Génie tutélaire de
                      l'Agriculture[2] la plus brillante des étoiles,
                        entourée de ses sœurs: Le Van et le Boisseau[2'].
Quelque galaxie se désintégrerait-elle ?
Au delà des cieux, cette détonation formidable?
Ils l'auraient prise pour le chant des grains de paddy, un jour
                                        de moisson!
Nous voici à la première lune de l'année;
Habitants d'Hong Kong, de Tokyo, de Bangkok ou de Saïgon,
Bien que pour les uns, l'astre descende déjà sur le champ des
                                                mûriers,
Que pour d'autres, il se tienne au-dessus de leurs têtes,
Que pour d'autres encore, il parvienne à peine à franchir
                    l'horizon ou à surgir du flanc d'une montagne.

Mộng Trắng Thơ Vàng Tóc Bạch Kim trang 12   *Vũ Hoàng Chương*

Cette nuit, le Fruit de Métal approche de son port situé
        quelque part sur la trajectoire des étoiles errantes.
Depuis son départ tumultueux parmi les vents et les nuages
        incendiés, son orientation s'était brouillée.
Un nombre infini de satna[3] se sont écoulés dans l'ennui et la
        solitude.
Maintenant, il peut reprendre sa course normale, en chute
        libre.
Et, suivant le sens opposé à la nature, il s'est écartelé, ce
        fruit, il a pris la forme d'une fleur, ouvrant ses quatre
        pétales dans le vide pour atterrir sur la Lune.
Tel un albatros, ailes déployées, pointant sur quelque océan.

Le coin du ciel qu'aux jours anciens Nguyễn Du, le prince des
        poètes, et Li Tai Pe, cet ange en exil,
        nommèrent le Palais de Glace
Tremble soudain jusqu'au tréfonds de ses roches
        spongieuses.
Alentour, il n'est point d'atmosphère;
Comment les voix se transmettent-elles, cris de joie ou
        d'indignation?
Il n'y a que des ondes, longues et courtes, verticales et
        horizontales...

Le Fruit s'est transformé en Fleur, la Fleur se fera Bourgeon.
De métamorphose en métamorphose, celui-ci remontera les
        phases successives jusqu'à redevenir le Germe Originel.
Satellite de la Terre depuis des milliers de siècles sans être
        jamais entrée en contact avec elle,

La Lune se demande si ce curieux engin est le premier
                messager débarquant cette nuit sur son sol pour
                        sceller la communion intersidérale.
Étrange ambassadeur.
Choc saisissant.
Mais la fleur à quatre pétales ne renferme point le vrai
                              message de la Terre.
Le message authentique n'arrive que plus tard.
Tant d'images, de symboles, se sont condensés en légendes,
        éparpillés en divers langages, reflétés en chansons:
                    âme indivisible de l'humanité.
Comme l'engin de métal, ils ont pris la direction des étoiles.
L'engin lui-même, après l'alunissage, en est assiégé de toutes
                                      parts;
Il est le centre d'un champ magnétique dont les lignes de
              force sont des fils de soie, des vagues d'or,
                    des tiges de riz aux épis mûrs.
Ici, l'ombre du banian[4], les habits miroitants de plumes
                                    d'oiseaux[5].
Là, le célèbre Menteur, ce Bouvier que les Viêtnamiens
                          appellent Gamin-Caillou[6]
Partout, les étangs, les haies de bambou, les prairies,
                    féerique océan de verdure.
Et tout ce peuple de fantômes, battant les meules à coups de
    pilon, ces neiges dansant sur les épaules du Lapin de Jade,
              combinant les doses de l'Immortalité[7].
Le Rêve de Paix, ainsi matérialisé, commence à envahir la
              Lune, à resserrer son étreinte autour de l'engin.

Si celui-ci avait la velléité de se transformer en Germe de
                            Guerre, il serait anéanti sur le champ.
Un seul germe demeurera dans ce coin du ciel:
                            le Germe de la Compassion
Telle est la réponse que la Mer de Silence[8] s'efforce de
                            transmettre à travers l'engin de métal insensible,
Jusqu'à la Chaîne des Monts Oural,
Jusqu'aux eaux généreuses du Mississipi [*].

Jamais la Lune, ce port des cieux, ne sera parjure à son
                                                        serment.
Elle demeurera ronde comme l'épaule d'une statue, pleine
                            comme l'espérance d'une jeune fille.
Que la Tour Khmère tombe en ruines,
Que l'Arc de Triomphe soit la proie du cauchemar,
Chaque nuit de pleine lune, les ondes poétiques aux sept
                            couleurs d'arc-en-ciel
Continueront à parvenir à notre monde de poussière
Pour lui parler de Paix et d'Amour.

[*] Mississi**pp**i *(orthographe française d'autrefois dans le texte original)*

Notes de la traductrice

[1] Nuit du 4-2-1966, ou du 15-1 année lunaire.
[2] et [2'] Noms vietnamiens d'étoiles. (Thần nông, Cơ, Đẩu).
[3] Le Satna est l'unité infinitésimale du temps selon les livres bouddhiques.
[4] et [6] Allusion aux légendes vietnamiennes.
[5] et [7] Allusion aux légendes chinoises.
[8] Une région de la Lune; région où s'est effectué l'alunissage de Luna 9 en Février 1966.

bí mật acropole

Đỉnh hoang phế, đây hoàng hôn nhân loại
Đang vây quanh chờ giải đáp một lời.
Muôn nếp sống, từ ba chiều băng hoại
Của văn minh, tìm dấu trở về nôi.

Trèo ngược dốc hai mươi lăm thế kỷ,
Ta bước lên sầu đá dựng lưng đồi.
Hỡi tàn tích giữa Athènes huyền bí,
Acropole, thi sĩ Việt chào ngươi!

Đá vẫn ngậm sầu trong cơn thử thách
Với thời gian, không hàng phục buông trôi.
Nên kho báu chẳng hóa thân từ thạch
Cũng vàng thưa sắt ứng mãi quanh ngôi.

Vàng với sắt: những gông cùm hãnh diện
Đeo trên mình Thế kỷ thứ Hai mươi.
Đứa nô lệ nào đây lê gót đến
Acropole... mà ngơ ngác nhìn ngươi?

Mặc gió táp, mảnh thành xưa đứng sững;
Cột chênh vênh không nhả nóc lâu đài;
Mấy pho tượng gối què chân vẫn cứng.
Không cúi đầu, tuy đá chỉ còn vai.

Ta cố hình dung mặt hoa Thần Nữ,
Đá căng tròn ngực tượng bỗng đầy vơi...
Nghe trang sách Vô Ngôn vừa gợn chữ:
Mau ném đi tất cả, hỡi Con Người!

Thi sĩ Việt trong tay không tấc sắt,
Chưa giết một ai trên nẻo luân hồi;
Vàng hoen máu chưa một lần để mắt;
Acropole, ta đã hiểu lòng ngươi!

Và cũng mặc gió thời gian hí lộng,
Ta ung dung thả bước xuống chân đồi;
Lấy vần điệu chuốt pho thần tượng sống
Hiện thành Thơ lời giải đáp thay ai.

Athènes, 10-07-1965

le secret de l'acropole

Colline hérissée de ruines, le crépuscule de l'humanité vient
                               ici chercher une réponse.
Sur la triple pente qui devrait mener à la désintégration
                               totale, au néant absolu,
La civilisation: autres mœurs, nouvelles conceptions de vie,
Accomplit le pèlerinage vers son berceau.

Gravissant le rocher, je remonte vingt-cinq siècles
Dans le cœur mélancolique vibrant au long du chemin qui se
                               dresse à pic devant moi.
Vestiges de la vieille Athènes, ruines de l'Acropole,
Le poète du peuple Việt s'incline devant vous!

Depuis toujours, la pierre ronge son mal, peut-être son
                                        remords,
Dans sa terrible lutte avec le Temps, sans penser à se rendre,
                           sans s'abandonner à la destruction.
Il n'est point nécessaire que ces pierres soient magnétiques
                 pour attirer de toutes parts le fer ainsi que l'or,
           irrésistiblement hypnotisés par ce Trône immuable
Qui cependant n'émet aucun appel.

L'or et le fer: chaîne et cangues
Paralysant le corps du Vingtième Siècle orgueilleux de sa
                                        servitude.
Quel est cet esclave qui se traîne jusqu'à vous, Ruines de
                                        l'Acropole,
Et qui vous fixe d'un regard vide?...

Malgré le vent plein de menaces, les vestiges de l'antique
                         citadelle demeurent debout.
Les colonnes s'attachent à leur socle, s'efforcent de soutenir
                         le fronton de ce qui fut jadis temple ou palais.
Des statues s'élancent du sol, sans souci de leurs genoux
                         brisés.
Et celle-ci ne daigne point courber sa tête mutilée jusqu'aux
                         épaules.

En vain, je cherche à recréer le visage splendide de la déesse.
Mais sa poitrine de pierre frémit de tout son galbe vivant.
Le livre vierge[1] m'offre sa page magique:
"Homme, rejette tout... tout... tout..."

Le poète vietnamien ne porte point le fer dans ses mains,
Au cours de ses vies antérieures, il n'a tué personne.
Jamais il n'abaisse son regard sur cet or souillé de sang.
Ruines de l'Acropole, il a compris votre message.

Sans tenir compte de ce Souffle qui nargue tout, emporte
                         tout, et qu'on nomme le Temps,
D'un pas insouciant, je redescends la colline.
Avec des rythmes et des rimes, je recrée bien vivante la
                         Statue de la déesse par la grâce de la poésie,
Et je symbolise en elle la suprême réponse.

[1] *Ce que les Orientaux appellent: le livre sans parole.*

chơi xuân

> Hết quan tàn dân
> Kéo quân vơ về [1]
> Đồng dao

Bao nhiêu chàng trai ra đi
Bấy nhiêu cô gái đến thì hỏi xuân:
Hết quan tàn mấy miền dân
Cớ sao còn chẳng kéo quân vơ về?

Riêng ai tóc mới buông thề
Vần thơ yêu bỏ lạc đề sau lưng.
Trò chơi sỏi đá tưng bừng
Đàn năm ngón ngọc qua từng cửa ô.

Nghé kêu Rồng quẫy hai đô
Sỏi khan rồi, đá cũng khô tâm tình
Được thua chỉ bóng với hình
Hình thua bóng được, cô mình buồn, vui? [2]

1968

---

[1] Hai câu tiêu đề chỉ xuất hiện khi đăng trong tạp chí **Văn** số 126 (15-03-1969), và lúc đó bài thơ mang tựa "Tuổi ngây thơ"
[2] Theo ghi chú của người dịch, ẩn ý của bài thơ này là cuộc chiến tương tàn Nam Bắc - như Hình tranh với Bóng - dù bên nào được, nên buồn hay vui?

jeu de printemps

Les garçons sont à la guerre.
Les jeunes filles à la fleur de l'âge demandent:
"Tous les mandarins sont pris.
Le peuple a été décimé.[1]
Pourquoi ne pas lever le siège, rappeler les hommes d'armes,
ramasser les pions et prendre du repos?"

Une adolescente à la chevelure intacte que n'a encore appauvrie
nul gage d'amour
Dédaigne les poèmes que lui dédient ses soupirants.
Ces vers hors de propos, elle les rejette par dessus son épaule, afin
qu'ils glissent sur le sol, mêlés à ses cheveux.
Seul la passionne le jeu des cailloux.
De ses doigts effilés elle pianote sur les portes des faubourgs.

Le Buffleton hurle[2], le Dragon s'agite et ondule.[3]
Les cailloux sont durs, les pierres insensibles.
Vaincre ou être vaincue? Un Être et une Ombre.
L'Être est vaincu, l'Ombre victorieuse[4]...
Est-elle triste ou joyeuse, la fillette?

---

[1] Pour comprendre ce poème, il faut connaître le jeu d'enfants, jadis pratiqué au Vietnam, auquel le poète fait allusion. En voici les règles: Deux enfants se placent face à face, chaque joueur dispose de 25 cailloux (le peuple) et d'un gros (le mandarin) qui en vaut 10 petits. Entre les joueurs, des cases sont dessinées; une grande à chaque bout (porte de la citadelle ou du faubourg) où est placé le mandarin et entre ces 2 grandes cases, 10 petites, (5 de chaque côté) où sont disposés les petits cailloux (5 par case). À tour de rôle, chaque joueur ramasse les cailloux disposés dans une case et les partage entre les autres (y compris celles de l'adversaire). S'il atteint une case vide et n'a plus de caillou dans la main, il a le droit de ramasser tous les cailloux de la case suivante. À la fin du jeu, le joueur qui détient le plus grand nombre de cailloux a gagné.
[2] Surnom de Saigon.
[3] Surnom de Hanoi.
[4] Elle joue seule, son ombre lui tient lieu de partenaire. C'est l'image du Vietnam, y compris le Nord et le Sud (l'Être et l'Ombre).

người với người

      Chúng ta đều là Người
Đều thế đứng cao sang, đều sắc máu đỏ tươi
Đều hãnh diện trên muôn loài ngự trị;
Nhưng buồn thay, một phút nào kia,
      nếu không gian chẳng còn dưỡng khí,
Cũng đều ngã ra chấm hết cuộc đời.
Sao các bạn, các anh, các chị
Ở nơi đây và tất cả những đâu nơi [1]
Lại quên được - Sao mà Quên được nhỉ? -
Rằng "thịt da ai cũng là Người"?

Nhân loại đã từng rên siết
Đói rũ xương và khát cháy thiêu môi,
Quằn quại với nhu cầu khẩn thiết
Qua bao thế kỷ nay rồi.
Tật bệnh, tai ương, điêu tàn, hủy diệt,
Biển mặn ư? Máu, lệ, mồ hôi...

Chính các chị, các anh, các bạn
Cũng có lửa khắc sâu lên trán
Từ sơ sinh hai chữ Con Người,
Cũng mang nặng bùn nhơ kết khối phàm thai.
Cũng giương mắt bao phen giữa dòng sao thác loạn
Cũng lê chân qua mờ mịt đêm dài.
Cũng da thịt biết đau từng vết rạn
Ở mỗi tế bào phân tán
Khi nắng đốt trên đầu gió quất trên vai.
Nhìn nhau, đây đấy một loài
Xót xa nhau chút hình hài với nao...

Nhớ xưa Nhạc Huệ
Cùng tranh ngôi cao
Một lời thống thiết
Muôn đời gửi trao:
Nồi da nấu thịt
Lòng em nỡ nào!

Một con ngựa đau cả tàu nhịn cỏ,
Loài vật kia chẳng cũng dạy Người sao?
Búa nện xương kêu, gậy đập máu gào
Đáng lẽ phải vang rền tim óc bạn,
Và chát chúa hồi thanh trong huyết quản
Dựng gươm dao cắt chính thịt da mình
Lẽ đâu các bạn làm thinh
Nhìn Con Người hiện nguyên hình Đau Thương!

Các chị, các anh còn biết khóc
Mỗi xa người thân, chia uyên ương,
Còn biết những canh dài trằn trọc
Nhớ quê nhà chìm trong khói sương,
Còn trang sử ông cha mở đọc
Biết rưng rưng sôi chí quật cường,
Hẳn còn tim, còn óc,
Còn nhân luân, còn linh tính, còn thiên lương;
Sao có thể đeo vết nhơ làm ngọc,
Xức mùi tanh làm hương?
Kìa máu, máu!...
Vết nhơ ấy lột da đi không tróc
Mùi tanh ấy quyện vào hơi vào tóc
Như mọc lên, như sờ thấy trong gương;
Chính mình chăng? Hay đó quỷ Vô Thường?[2]

Không, ngàn lần không! Chúng ta không phải quỷ,
Mà hết thảy các anh các chị
Với tôi, cùng một Loài Người,
Tuổi ý thức đã hàng trăm thế kỷ
Dù nói cho khiêm nhượng, mới Hai Mươi.
Đau khổ đã cắt ngang vào não tủy
Nghĩa Từ Bi xây dựng cứu đời.
Thì tin rằng mai đây và khắp nơi
Bóng Hoạt Phật lung linh đài Tử Sĩ;
Muôn ngọn hải đăng
Tỉnh hồn cơ khí,
Bằng ánh sáng vô chung vô thỉ
Soi đường Khoa Học giữa mù khơi,
Những mầm mống Tương tàn, Kỳ thị
Như lá mùa thu phải rụng rơi.
Nhân Loại hiển chân thân, cũng tìm ra Chân lý:
Đức Hiếu Sinh vằng vặc ngôi Trời...

Vững lòng tin ở Xa Vời,
Bàn tay chẳng nhuộm máu Người, giơ lên!

Sàigòn, 1963

[1] Câu này giống như trong thi phẩm **Lửa Từ Bi**. Trong thi phẩm **Bút Nở Hoa Đàm**, câu này (có lẽ) in nhầm là
   Ở nơi đây và tất cả những nơi đâu
[2] Trong thi phẩm **Lửa Từ Bi** cũng như **Bút Nở Hoa Đàm**, câu này in là
   Bóng mình chăng? Hay đó Quỷ Vô Thường?

d'homme à homme

Nous sommes tous des Hommes.
Même attitude altière, même sang rouge, même orgueil de notre
　　　　　　　　　　　domination sur tous les êtres vivants.
Si l'oxygène soudain venait à nous manquer, tous nous nous
　　　　effondrerions et ce serait la fin, la chute suprême du rideau.
Ô mes semblables, mes frères, mes sœurs, comment quelque part
　　　dans le monde, pouvez-vous oublier absurdement qu'en tant
　　　　qu'Hommes, nous endurons une même douleur dans
　　　　　　　　　notre chair et dans notre esprit?

L'Humanité a tant souffert!
Elle a eu faim jusqu'à ce que ses os se dessèchent, soif jusqu'à ce
　　　　　　　　　　　que ses lèvres se crevassent.
Depuis des siècles elle se débat, en butte aux nécessités
　　　　　　　　　　　　　　　quotidiennes,
Face à la maladie, au malheur, à la vieillesse, à la mort.
Si l'eau des mers est salée, c'est de sang, de sueur et de larmes.

Vous mes frères, vous mes sœurs
Qui portez sur vos fronts en caractères indélébiles le signe de
　　　　　　　　　　　　　　　l'Humain,
Misérable corps de boue,
Tous, vous avez parfois levé les yeux vers les étoiles,
Traînant vos pieds trébuchants dans les Ténèbres de la Longue
　　　　　　　　　　　　　　　Nuit[1].
Votre épiderme, sensible jusqu'en ses plus infimes pores, est
　　　　torturé par la chaleur qui brûle et le vent qui flagelle.
Alors... regardez-nous! Ne sommes-nous pas pareils? n'aurez-vous
　　　　　point pitié de ce corps identique au vôtre?

Jadis, deux frères de sang, Nhạc et Huệ, se disputèrent le titre
d'empereur.
Et Nhạc dit à Huệ cette parole navrante dont l'écho n'a pas cessé
de retentir parmi les hommes:
"Mon frère, comment peux-tu te résoudre à consumer ainsi tant
de chair vivante?[2].
Un cheval souffre. Dans l'écurie tous les chevaux refusent le foin.[3]
Homme, n'as-tu pas compris la leçon de l'animal?
Le marteau s'abat, l'os craque. Le gourdin frappe, le sang gémit.
Votre cœur, votre cerveau n'en perçoivent-ils point la résonance?
Quand une lame déchire votre semblable, votre chair n'est-elle
point lacérée par le même couteau?
Le spectacle de l'Humain livré à la Douleur, peut-il vous laisser
indifférents?

Mes frères, mes sœurs, vous quittez votre ami ou votre amour et
vous êtes tristes.
Votre pays est loin, très loin, derrière une barrière de brume et
vous vous sentez envahis d'une immense nostalgie.
Vous retrouvez aux pages de l'Histoire les prouesses de vos aïeux
et vous vibrez d'une même ardeur de servir, d'une même soif
de sacrifice.
Vous avez du cœur. Le signe sacré dont le Créateur vous a
marqués ne s'est point effacé.
Prendriez-vous la souillure pour joyau, la puanteur pour parfum?
L'horrible tache de sang ne pourrait s'effacer de vos mains quand
même les essuyeriez-vous jusqu'à l'usure de votre peau.
L'odeur écœurante s'attacherait à vous. Votre chevelure en serait
imprégnée.

Et face à votre miroir, voyant se matérialiser cette tache et cette odeur vous vous demanderiez, horrifiés: "Est-ce moi... ou bien Satan?[4]

Mes frères, mes sœurs, nous ne sommes point des démons, mais des hommes.

Depuis des siècles et des siècles, nous avons le don de Comprendre.

La douleur a pénétré notre moëlle et notre cerveau de la divine et universelle Compassion.

L'heure viendra - elle ne peut pas ne pas venir - où l'ombre de Bouddha (ou l'Être Suprême) s'étendra sur chaque pierre, veillant sur le sommeil des Soldats Inconnus.

La lumière inondera la Terre. Tous les phares se réveilleront soudain. Et la Flamme éternelle, la Flamme divine, guidera la Science à travers la brume épaisse.

Plus de terreur! Plus de cloisons!

L'Homme, enfin redevenu l'Homme, retrouvera la vérité: "la pitié pour tout ce qui vit" sera son nouveau soleil.

Mes frères, Croyez en cet avenir!

Élevez très haut vers le Ciel vos mains pures du sang d'autrui.

---

[1] *Expression bouddhique signifiant la destinée humaine.*
[2] *Proverbe vietnamien.*
[3] *Nguyễn Nhạc roi du Sud Viêtnam, assiégé par son frère Nguyễn Huệ roi du Nord (1792) dit à celui-ci textuellement: "Marmite de peau, cuire la chair; ton cœur te permet-il?". (Les frères de sang étant considérés comme la peau et la chair d'une même personne).*
[4] *Mot-à-mot: diable-bourreau, expression bouddhique.*

dư ba

Sống giữa chiêm bao vạn mối tình
Trắng tay mình lại vẫn riêng mình.
Lưỡi gươm mài nguyệt còn vô dụng
Ngòi bút xuyên mây cũng bất bình
Dâu bể nghe đau lòng trái đất
Gối chăn đợi ngát tiếng hoa quỳnh.
Nhắn ra muôn dặm về muôn thuở
Vì cái Tâm nên lụy cái Hình.

1963

écho

En rêve, je vis l'immensité des sentiments et de l'amour.
Réveillé[1] je suis seul avec mon terrible secret.
Le sabre qui s'aiguise chaque nuit sous la lune s'avère
                                                    impuissant.
La plume qui voudrait déchirer les nuages ne pent
                            qu'égratigner sa révolte.
Champs de mûriers... ondes marines...[2] Tant de mutations
                            ont blessé la Terre jusqu'au cœur!
Solitaire sur ma couche parmi les nattes et les coussins,
    j'attends impatiemment le cri parfumé de la fleur Quỳnh[3].
Oh! lancer un message dans le Temps dans l'Espace... à
            travers mille siècles... à travers mille lieues:
"C'est à cause des aspirations de l'âme que le corps est
                                            torturé!"

---

[1] Au Viêtnam, "réveillé" se dit "les mains blanches".
[2] Les poètes chinois et viêtnamiens considèrent la nature comme étant vouée à des changements successifs. Un immense océan peut être transformé en un bon champ de culture et le contraire est également vrai.
[3] Fleur blanche, symbole de la beauté parfaite et de la paix universelle, qui ne demeure ouverte qu'un instant pour se faner aussitôt. Mais en cette courte minute, la fleur émet un étrange murmure et un parfum exquis.

buồn điều chi

Người buồn ư? Buồn điều chi,
Hỡi hỡi Con Người viết bằng mẫu tự?
Trong đó có anh, gã đàn ông biệt xứ,
Trong đó có em, bà công chúa hoài nghi.
Có cả anh, chàng trai từng đêm tự tử,
Có cả em, cô bé giữa mùa vu quy.
Và cả anh, tay hào kiệt đang làm lịch sử,
Và cả em, gái cầm ca chớm hết xuân thì.
Tôi biết anh buồn điều chi;
Tôi biết em buồn điều chi!

Này nhé: mười phương tâm sự
Cuốn theo ngày tháng trôi đi...
Khoảnh khắc trời hoang biển dữ,
Nghe quanh tiềm thức, tư duy,
Siết chặt dải băng sơn, đè nặng đám mây chì.
Hoa còn đây, trăng còn đó chứ!
Nhưng là hoa là trăng thế kỷ Hai mươi.
Và chúng ta, đâu phải những con người
Của bình minh Ngôn ngữ!
Mà có thể chạy theo trăng tìm nhạc tứ,
Ngồi bên hoa chờ bắt sóng hương trời...
Hoa kia dù úa dù tươi
Cũng chỉ là biểu tượng

Kết thành bó
              trong tay một cô dâu miễn cưỡng
Hay kết thành vòng
              trên nấm mộ nắng mưa phơi.

Cuộc thưởng hoa bày cho hoa tự thưởng
Mặc cho phấn khóc son cười!
Giữa nếp sống duy hình, duy lượng,
Thề hoa; câu chuyện nói mà chơi!
Vầng trăng kia tròn, khuyết, đầy, vơi,
Cũng chỉ là một sân bay để phi thuyền đáp xuống,
Gần, xa... trong tương lai.
Núi phễu chênh vênh: chỗ đặt pháo đài
Rốn bể Câm: dàn hỏa tiễn ngày mai.
Ảo ảnh cung Thiềm chết uổng;
Cành đan quế mang trái cầu mọt ruỗng,
Nhạc Vũ y pha tín hiệu ngắn dài!

Ôi, diễm lệ màu hoa, nét trăng tình tứ,
Đang từng phút sa lầy vũng bùn Nguyên tử,
Nàng Thơ vạn kiếp sầu bi!
Kìa: ngập tới thềm vai, ngập tới rèm mi!
Đất dựng sững thành băng,
Trời đậy kín vung chì...
Đã đến lúc vùi sâu kim cổ;

Trọn một nếp văn minh
                    cả ngàn thu phong độ
Nhường cho loài Máy chỉ huy.
Lúc ấy Con Người, gọi tên bằng chữ số,
Hắn sẽ không buồn điều chi!

Vì chẳng còn anh, gã đàn ông biệt xứ;
Vì chẳng còn em, bà công chúa hoài nghi.
Cũng chẳng còn ai từng đêm tự tử;
Cũng chẳng còn ai giữa mùa vu quy.
Và chẳng còn đâu Lịch sử.
Và chẳng còn đâu Xuân thì!
Hỡi hỡi Con Người chẳng còn tên ấy nữa,
Làm sao ngươi buồn nổi điều chi!

                                              Sàigòn, 1964

triste? pourquoi?

Tu es triste?... Pour quelle cause?
HUMANITÉ (en lettres majuscules!),
Faite de toi, l'homme en exil
Et de toi, la Princesse angoissée,
Et de toi, le bel éphèbe qui chaque nuit se donne la mort,
Et de toi, la jeune adolescente qui rêve à la saison des noces,
Et de toi, le Héros qui fait l'Histoire
Et de toi, la cantatrice admirée qui voit décliner son printemps.
Je sais pourquoi tu es triste!

L'âme des dix directions est emportée par le courant des jours.
Déjà le ciel se fait désert, l'océan brutal.
Dans son subconscient ou dans sa pensée, chacun sent se resserrer
                autour de soi l'étau des glaçons, peser lourdement
                              la horde des nuages.
Il nous reste pourtant et la Fleur et la Lune.
Mais la Fleur et la Lune sont du 20e siècle.
Et nous ne sommes point des hommes appartenant à l'aurore du
                                        langage.
Il ne nous est plus possible de demander à la Lune l'inspiration
                                        musicale
Ni de nous asseoir à côté de la Fleur, pour capter les ondes
                                        embaumées du ciel.
Qu'elle soit fanée ou fraîchement éclose, il n'importe! cette fleur
                                        n'est qu'un Symbole.
Bouquet aux mains de la mariée sans élan,
Ou couronne sur une tombe, exposée aux caprices de la pluie et
                                        du soleil.

Il y a toujours des exubérances florales, mais il n'y a plus que la fleur
                                        à s'admirer elle-même.
Qui s'inquiète de ce qu'elle soit en sourire ou en pleurs
Au sein d'une civilisation que régissent la "forme" et le "nombre"?

Tân Thi

Serment de Fleur[1]? Vains propos qu'on échange par dérision!...
Que la Lune soit ronde ou en forme de croissant, pleine ou
évanescente,
Elle n'est plus que l'aérodrome où demain se posera l'astronef.
Les monts abrupts aux profonds cratères:
C'est là que se construiront les forteresses!
La centre de la Mer de Silence: rampe de lancement pour les fusées
de l'avenir!
L'image poétique du Palais de Jade s'est effacée dans le néant.
Aux branches du Cannelier Rouge gît une sphère pourrie.
La musique intitulée "Habits de plumes d'oiseaux" se mêle à la
cacophonie des signaux courts et des signaux longs[2].

Las! Les nuances merveilleuses de la Fleur, la douce lumière de la
Lune, s'enlisent dans la boue de l'atome.
Vouée à la douleur pour l'éternité, la Poésie est engloutie jusqu'aux
épaules, jusqu'au voile de ses cils.
Sur la Terre se dresse la citadelle de glace.
Le ciel ferme hermétiquement son couvercle de plomb.
Proche est l'heure où le Passé et le Présent seront à jamais anéantis
Et cette Civilisation, cette Culture vieille de milliers d'automnes
Feront place au Robot souverain
Alors, l'Homme qui ne sera plus qu'un chiffre
Ne s'attristera plus de rien!

Car tu ne seras plus, Toi, l'homme en exil.
Tu ne seras plus, Toi, la princesse angoissée.
Plus personne, chaque nuit, ne se donnera la mort.
Plus personne ne rêvera à la saison des noces.
Plus de Légendes.
Plus de Printemps.
Homme, qui aura cessé de porter ce nom,
Comment pourrais-tu t'attrister encore!

[1] Pour les Viêtnamiens: Serment d'amour.
[2] Signaux de l'alphabet Morse.

kỷ niệm đông âu

Ôi hồ Bled! Chiều nay giòng Cảm xúc
Đổ về ngươi muôn ngòi Bút tương thân.
Sóng hải đảo gió mây hai đại lục
Trời Nam tư hò hẹn đã bao lần!

Đón thi hữu, sá chi phòng khách thính;
Giữa lòng ngươi, kìa thấp thoáng non thần.
Ngay đầu non, một lâu đài cổ kính,
Nếp vương hầu sương mỏng áo giai nhân.

Ngọc lấp lánh, chừng như lầu với núi
Mọc lên theo bầy tinh tú thủy ngân.
Ai khéo đúc một "Đào nguyên bỏ túi"
Mà xinh xinh ngàn cánh bướm ân cần?

Nào Rôma nào Athènes, Belgrade,
Cuộc hành trình bao cát bụi vương chân.
Bao hùng vĩ, kiêu sa... nhưng lạnh nhạt;
Đâu bằng ngươi, hồ núi Bled thanh tân!

Vòng tay gọi của "người yêu" bé nhỏ,
Ngực đá hoa rung động nét thùy vân...
Dốc thoai thoải lên Địa đàng Trung Cổ,
Lòng ta nghe mỗi bước tự gieo vần.

Bled, 07-07-1965
Hội nghị Văn Bút Quốc tế lần thứ 33

souvenir de l'europe orientale

Ô Lac de Bled, ce soir le courant de l'inspiration
Dirige vers toi un essaim de plumes fraternelles.[1]
Les flots venant des îles, les vents et les nuages de l'ancien et du
                                                                nouveau continent
Se pressent au rendez-vous sous le ciel yougoslave.
Rendez-vous attendu depuis de si nombreuses années.

Que ferais-tu de salles somptueuses pour souhaiter la bienvenue à
                                                                  tes amis poètes?
Ici se dresse la haute silhouette d'un Mont de Fées
Avec, au sommet, une antique Résidence dans sa robe de brume
Qui conserve encore ses replis seigneuriaux.

Les pierres scintillent. Il semble que Château et Mont
Nurgissent en même temps que les astres métalliques.
Quel Créateur bienveillant a créé pour nous ce paradis miniature
Tellement accueillant qu'on imagine partout le contact d'ailes de
                                               papillons de soie et de velours?

J'ai traversé Rome... Athènes... Belgrade...
Au cours de mon voyage, j'ai foulé tant de poussières.
Cotoyé tant de grandeur et tant d'orgueil,
Mais partout je n'ai rencontré que froideur et qu'indifférence.
Nul site ne vous égale en charme et en fraîcheur, ô vous, Mont et
                                                                  Lac de Bled!

Ici, j'ai sous les yeux ma bien-aimée aux bras ouverts,
La Muse, dont la poitrine de marbre frémit et s'émeut au gré des
                                      nuages qui l'animent de leurs ombres mouvantes.
Sur la pente qui mène à la réunion des membres de toutes les
                                                           nations de la Terre,
Mon cœur s'harmonise avec mes pas et sème ses rimes heureuses.

(1) Congrès de Bled (Yougoslavie); 33ᵉ congrès de l'International P.E.N. à Bled en 1965.

lửa từ bi

Kính dâng lên Bồ Tát Quảng Đức

Lửa! Lửa cháy ngất Tòa Sen!
Tám chín phương nhục thể trần tâm
        hiện thành Thơ, quỳ cả xuống.
Hai Vầng Sáng rưng rưng
Đông Tây nhòa lệ ngọc
Chắp tay đón một Mặt Trời Mới Mọc,
Ánh Đạo Vàng phơi phới
        đang bừng lên, dâng lên...

Ôi, đích thực hôm nay Trời có Mặt!
Giờ là giờ Hoàng Đạo nguy nga.
Muôn vạn khối sân si vừa mở mắt
Nhìn nhau: tình huynh đệ bao la.
Nam mô Đức Phật Di Đà
Sông Hằng kia bởi đâu mà cát bay?

Thương chúng sinh trầm luân bể khổ,
Người rẽ phăng đêm tối đất dày
Bước ra, ngồi nhập định, hướng về Tây
Gọi hết Lửa vào xương da bỏ ngỏ
Phật Pháp chẳng rời tay...
Sáu ngả luân hồi đâu đó
Mang mang cùng nín thở
Tiếng nấc lên ngừng nhịp Bánh Xe Quay.
Không khí vặn mình theo
        khóc oà lên nổi gió
Người siêu thăng...
        giông bão lắng từ đây.

Vũ Hoàng Chương

Bóng Người vượt chín tầng mây
Nhân gian mát rợi bóng cây Bồ Đề.

Ngọc hay đá, tượng chẳng cần ai tạc!
Lụa hay tre, nào khiến bút ai ghi!
Chỗ Người ngồi: một thiên thu tuyệt tác
Trong vô hình sáng chói nét Từ Bi.

Rồi đây, rồi mai sau, còn chi ?
Ngọc đá cũng thành tro
               lụa tre dần mục nát
Với Thời Gian lê vết máu qua đi.
Còn mãi chứ! còn Trái Tim Bồ Tát
Gội hào quang xuống tận ngục A Tỳ.

Ôi ngọn Lửa huyền vi!
Thế giới ba nghìn phút giây ngơ ngác
Từ cõi Vô Minh
Hướng về Cực Lạc.
Vần điệu của thi nhân chỉ còn là rơm rác
Và chỉ nguyện được là rơm rác
Thơ cháy lên theo với lời Kinh;
Tụng cho nhân loại hòa bình
Trước sau bền vững tình huynh đệ này.

Thổn thức nghe lòng Trái Đất
Mong thành Quả Phúc về Cây.
Nam mô Thích Ca Mâu Ni Phật
Đồng loại chúng con
               nắm tay nhau tràn nước mắt
Tình thương hiện Tháp Chín Tầng xây.

Sàigòn, 1963

feu de compassion

Au Bodhisatwa QUẢNG ĐỨC

Sur le trône de Lotus la flamme s'est allumée.
Des neuf directions, corps de chair et cœurs de poussière
 s'agenouillent, mués en Poésie.
À l'Est et à l'Ouest, deux globes de lumière[1], bouleversés, se voilent
 soudain de larmes de perle.
Et chacun accueille, les mains jointes, un nouveau Soleil.
L'éclat de la Religion d'Or[2] monte avec le feu, atteint le Zénith.

Jour où le Ciel montre enfin son visage.
Grande heure de la Foi, attendue depuis toujours et désormais
 venue.
Blocs charnels, vaniteux et cupides, que vos milliers d'yeux s'ouvrent
 et contemplent l'intensité du sentiment fraternel.
Salut Bouddha!
Pourquoi sur les rives du Gange, ces grains de poussière se
 soulèvent-ils en vaines agitations?
Pitié pour nous! pour ceux qui vivent, pour ceux qui meurent, pour
 tous ceux que désempare et qu'immerge un océan de douleur.
Le grand Bonze s'avance, se dégage de tout ce qui est noir comme
 la nuit et pesant comme la terre.
Il se recueille et s'assied, dans un silence sacré, lace tournée vers
 l'Ouest.[3]
Il appelle le Feu, lui livre pour qu'il les dévore sa chair et ses os sans
 défense
Tandis qu'Il prie, hiératique, sans que son bras dévie de la pose
 rituelle.
Les six voies de la métempsychose convergent vers ce lieu saint; les
 âmes errantes s'immobilisent.

Mộng Trắng Thơ Vàng Tóc Bạch Kim trang 40   Vũ Hoàng Chương

Et quand le suprême hoquet s'exhale, la Grande Roue s'arrête de tourner.
L'air se tord et se brise. Les sanglots du vent se muent en cyclone.
Le grand Bonze s'est livré vivant à la flamme.
Il est rentré au Nirvana. Tous les orages se sont calmés.
Plus haut, toujours plus haut, sa grande âme atteint, dépasse les neuf sommets des nuages.
Et l'humanité est pénétrée d'une fraîcheur pure et douce comme l'ombre de l'arbre Bohdi [4]

Ni jade ni marbre, point n'est besoin qu'on taille la statue.
Ni soie ni bambou, point n'est besoin qu'on écrive l'Histoire.
A cet endroit sacré le chef-d'œuvre de mille automnes, le plus beau, le plus durable!
A jamais brillera le noble visage de Celui Qui Personnifie La Compassion.

Et dans ce lointain avenir...
Quand le jade et le marbre seront réduits en cendres,
Quand la soie et le bambou ne seront plus que guenilles,
Quand le Temps aura fui, traînant ses pas sanglants,
Règnera éternellement le cœur de Bodhisatwa
Dont l'éclat magnanime illuminera jusqu'au tréfonds des Enfers.

Feu Sublime!
Les trois mille mondes demeurent frappés de stupeur.
Pauvres poètes! Que sont vos rythmes et vos rimes face à cet holocauste? - Fétus et lambeaux!
Mais notre Poésie veut être lambeaux et fétus afin de se consumer, flamme unie à la prière.
Pour la paix de l'humanité, but qui ne peut être atteint que par la communion fraternelle de tous...

Ecoutez ce râle dans les entrailles de la Terre.
Elle se prépare à devenir le Fruit-Bonheur[5] sur la branche de l'arbre
Bodhi.

Salut Çakia-Mouni Bouddha!
Humains étroitement unis, laissons couler nos larmes chaudes.
En nous s'établit la Fraternité, tour vertigineuse à jamais
resplendissante et inébranlable.

[1] *La lune et le soleil.*
[2] *Le Bouddhisme.*
[3] *Direction du royaume de Bouddha.*
[4] *Arbre à l'ombre duquel est né Bouddha.*
[5] *Elle qui n'est que Fruit-Terre (expression viêtnamienne, au lieu de La Terre).*

lệnh cho đất

Nhật Nguyệt cùng ngươi xếp thẳng hàng
Rồi kia... Ngươi hãy đứng nghiêm trang.[1]
Làm thân búng sẵn... quay, quay mãi
Trên lối mòn... sao chẳng bẽ bàng?

    Giữa rừng thiên thể dọc ngang,
Đứng lên cho biết đá vàng đêm nay.
    Nền cho vững, nếp cho ngay;
Bắc phương, kìa Gấu họp bầy nhìn ngươi.[2]

Đã trăm ngàn kỷ, Địa Cầu ơi,
Tự trói mình trong hệ Mặt Trời.
Da thịt cứa đau từng vĩ tuyến
Lòng âm ỉ cháy, mỏi mòn hơi...

    Rút phăng ra trả Không Thời
Trục xoay này, đũa mê người khác chi!
    Lũ Kim Mộc Hỏa còn si;
Địa Cầu, ngươi hãy tùy nghi đăng trình.

Cuộc đi không Dẫn lực đưa mình,
Dừng lại nơi đâu cũng mặc tình...

Sông Bạc reo cười đêm nhận diện
Từ nay mới đúng nghĩa "Hành Tinh".

                                              Sàigòn, 06-10-1968

Ghi chú của tác giả

[1] Đêm Nguyệt thực, Mặt trời, Địa cầu, Mặt trăng cùng trên một đường thẳng.
[2] Gấu lớn (Đại hùng) và Gấu nhỏ (Tiểu hùng) là hai chùm sao sáng đều ở phương Bắc, mỗi chùm 7 ngôi.

nouveau départ

Terre, déjà le soleil et la lune s'alignent avec toi. Le sais-tu?[1]
Demeure immobile et méditative.
Ton sort tu l'as accepté est celui de la toupie mue par une force
             étrangère, qui roule, roule sans cesse sur le même axe.
N'en as-tu point de honte?

Dans cette multitude d'astres, redresse-toi, brillante et
                                   majestueuse
Afin que cette nuit, l'or et la pierre se justifient.[2]
Sois ferme sur ta base et droite dans tes plis.
Au Nord, les deux Ourses t'épient de leurs yeux scintillants.

Ô Terre, durant des siècles et des siècles, tu fus liée au système
                                      solaire[3].
Lacérant ta chair, d'innombrables latitudes te ligotent.
Ton cœur brûle en secret.
Ton haleine n'est plus qu'un râle.

Arrache de ton corps cet axe maudit, baguette de sorcier qui le
                                       transperce.
Qu'importe si les astres-frères Mars, Vénus, Jupiter sont encore
                                       envoûtés.[4]
Apprête-toi au grand départ.

Vas, libérée de toutes les attractions qui te paralysaient.
Fais escale où bon te semble...

Mộng Trắng Thơ Vàng Tóc Bạch Kim trang 44   *Vũ Hoàng Chương*

En cette nuit de reconnaissance, le Fleuve d'Argent[5] identifiera ton vrai visage.

Et tu mériteras ton nom de Planète[6].

[1] La nuit du 6-10-68, il y eut une éclipse de lune. Le soleil, la terre et la lune se trouvèrent sur une ligne droite; d'où l'idée de ce poème.
[2] Que la Terre, dont les entrailles recèlent l'or et la pierre fasse connaître sa vraie valeur.
[3] En viêtnamien, système solaire se dit lien solaire.
[4] Pour les Viêtnamiens, Mars est l'Étoile-feu, Vénus l'Étoile-or et Jupiter l'Étoile-bois.
[5] La Voie Lactée.
[6] En viêtnamien, planète se dit: Étoile qui se meut.

ai có qua cầu

Hôm nay mình là cô dâu;
Của hồi môn: chiếc gối sầu mang theo.
Các bạn chê điềm gở;
Mình cười nghe trong veo,
Mà lạ chưa, má phấn đỏ lên nhiều!
Tiếng gì như ngọc vỡ?
Hay là hạt sương?
Hay là châu lệ
          xe hoa nghiến nát trên đường?
Mấy chị! làm ơn mở hộp gương,
Ta cùng soi chút nhé!
Kìa: bên Đông, bên Tây,
          giờ đây bao người vợ trẻ
Xếp gối thành đôi
          ngồi đối bóng canh trường...
Duyên chưa đầy năm
          một rằng yêu hai rằng yêu,
Đã ngày tiễn đưa nhau
          trăm thương ngàn muôn thương,
Để rồi đêm đêm
Mênh mông chiếu giường...
Hồn chinh phụ: khói lò hương
Thả làm mây, trắng biên cương tìm chồng.

Ngược chiều xe hoa
*   sao nhiều xe thế nhỉ?*
Nét chữ hồng
Tươi hơn môi mấy chị;
Mà chẳng xe nào chở không!
Những ai đó? ai còn? ai mất?
Ai? Nào ai xương sắt da đồng!
Lưỡi mình đắng như mật;
Trăng nhà ai ngọt đâu!
Bước vu quy đứt ruột lũ "qua cầu"...

Ngây thơ là những cô dâu
Gối mang "đủ cặp" cho sầu càng cao.

Sàigòn, 1966

en franchissant le pont

Je suis la mariée!
Je n'ai pour dot que l'oreiller de tristesse que j'emporte avec moi.
Mes amies, les filles d'honneur, s'inquiètent :
"Mauvais présage!"
Je ris, d'un rire qui me semble limpide.
Pourtant c'est absurde! mes pommettes poudrées rougissent plus
                                                            qu'il ne faudrait.

Quel est ce bruit imperceptible?
Un diamant qui se brise?
Une goutte de rosée?
Ou des larmes que la voiture fleurie pulvérise en passant?
Mes amies, ouvrez le coffret à miroir.
Que nous l'examinions ensemble!
A l'Est, à l'Ouest, en cet instant,
Combien de jeunes femmes
Entassent leurs deux oreillers et demeurent assises, face à face
                avec leur ombre, au long des nuits interminables.
Une année de bonheur?... On s'est dit: "Je t'aime" - une fois...
                                                          deux fois...
Et voici venu le jour de la séparation.
C'est cent fois, c'est mille fois qu'on se répète les serments d'amour
                                                   et de fidélité.
Et les nuits passent après les nuits.
Qu'elles sont grandes les nattes, qu'ils sont vides les lits!...
L'âme des femmes de guerriers, pareille à la fumée des encensoirs,
                devient un nuage, franchissant les frontières
                           à la recherche de l'époux.

Mộng Trắng Thơ Vàng Tóc Bạch Kim trang 48   *Vũ Hoàng Chương*

Venant à la rencontre de la voiture fleurie, pourquoi tous ces
convois marqués de signes rouges
Plus éclatants encore que vos lèvres, ô mes amies!
Aucune de ces voitures n'est vide.
Ceux qui les occupent sont-ils encore vivants ou déjà trépassés?
Lesquels? Las! que n'existe-t-il des hommes aux os de fer, à la
peau de cuivre!
Ma langue est âpre comme le fiel [1].
Dans quelle famille, la lune peut-elle se flatter de n'être que
suavité? [2]
Dans la voiture du mariage, celles qui franchissent le pont auront-
elles toutes le cœur écartelé?

Combien naïves ces mariées, fidèles aux usages,
Qui emportent avec elles deux oreillers!
Car leur tristesse ne ferait que s'élever plus haut, plus haut...

---

[1] Jeu de mot intraduisible en français: dans la langue viêtnamienne un seul mot signifie Fiel et Miel (autrement dit, les mots qui désignent Fiel et Miel sont homonymes).
[2] Allusion à la lune de miel.

dừng bước sông nil

Nằm vuông dấu hỏi nặng nề
Tháp hoang thai vọng bốn bề Chữ Kim
Khẩn cầu ức triệu ngàn đêm
Đá Nhân Sư vẫn chưa mềm lòng sao?
Chữ đây mà nghĩa nơi nào
Bánh xe Bắc Đẩu té nhào bình sa.
Bão khô đòi trận khảo tra
Ngậm đau lời giải không già theo trăng.
Đã hoài sớm lửa khuya băng
Phanh thây hạt cát nhỏ bằng hư vô.
Cửa vào sâu đáy huyền cơ
Mất tăm chìa khóa bên bờ Ni Giang
Trắng đen từng "nốt" lang thang
Trèo lên đỉnh Tháp cư tang ý trời.

Mùa vong thân có một người
Bước say đạp chuỗi khóc cười đứt tung.
Ngó quanh: dấu hỏi vừa rung
Vội đem lời giải cuối cùng ra đi.

1965

Ghi chú của tác giả

Đá Nhân Sư là tượng con sư tử đầu người (Sphinx) và Sông Ni La (Nil) đều ở gần Kim tự tháp Ai Cập.

halte au bord du nil

Tel un lourd point d'interrogation,
La pyramide, éternelle orpheline,
Dresse sur l'horizon ses quatre faces, pareilles au caractère
Kim[1].
Après des milliers de nuits où l'on s'efforce en vain de lui
arracher son secret, le sphinx s'obstinera-t-il
dans le refus d'amollir son cœur?
Le Caractère est ici; où donc en découvrir le Sens?
La roue de l'Étoile Polaire s'est enlisée dans la mer de sable.
Sans répit, l'orage brûlant a mené l'enquête.
La Réponse de douleur n'a pas varié, n'a point vieilli avec la
Lune[2].
En vain les jours de feu ont alterné avec les nuits de glace.
À quoi bon cet écartèlement du grain de sable
pour le réduire au néant?
L'Entrée de la mystérieuse nécropole a perdu sa clé sur les
bords du Nil. Blanches et noires, les notes ont rompu
leurs rangs, escaladé le faîte de la Pyramide
où elles se sont immobilisées dans
le deuil de la volonté du Ciel...

Et voici venue l'ère du nihilisme.
Un homme ivre, inconscient, piétine au hasard le collier de
    rires et de pleurs qui soudain, irrévocablement, se brise.
L'homme a aiguisé tous ses sens le Point d'Interrogation vient
                                                 d'osciller!
Il étreint l'Ultime Réponse et l'emporte dans ses bras.

[1] *En viêtnamien, la Pyramide est dite Kim Tự Tháp, tour ayant la forme du caractère chinois 金 (qui signifie or).*
[2] *En viêtnamien, on désigne une entremetteuse habile sous le nom de "vieille lune".*

Mộng Trắng Thơ Vàng Tóc Bạch Kim trang 52   *Vũ Hoàng Chương*

đâu là chân sắc

Muôn thuở Không Gian đã tự dành
    Lấy một màu Xanh.
    Mặc dầu cũng chia đi
    Cả trăm ngàn sắc điệu
    Từ Xanh phới bích ti
    Đến Xanh dờn lục liễu
Và Xanh lam mặt biển sườn non.
    Màu da Nhân loại chỉ còn
    Đỏ, Trắng, Vàng, Đen,
Bốn cửa lên trời của tháp Babel
    Hay bốn con đường thẳng tắp
    Chưa đủ sức tìm ra điểm gặp
Qua mớ bòng bong ngôn ngữ trần gian?
Thịt xương thế kỷ Điêu tàn
Vẫn gói ghém bằng muôn thắc mắc.
Có thật Đỏ cùng Xanh là hai Đối Sắc?
Nên giống người da Đỏ với trời Xanh
Một thuở gác chân nhau tương đắc
Cùng say sưa nếm chung làn khói đặc
    Giơ cao chiếc điếu Hòa Bình
    Giữa khu rừng gái trinh.
Nhưng họng núi đêm nào xưa lưu huyết...

Màu Hồng Ngọc còn than van bất tuyệt:
    Colorado... Colorado...
Tiếng bi thương vọng khắp mảnh dư đồ.

Hay màu Trắng mới là Tổng Sắc?
Như Bạch Hải, Bạch Sơn, tuyết in mây vằng vặc.
Màu chứa bên trong đủ mọi màu
Cả ngoại hồng, cực tím cũng gồm thâu.
Ánh sáng Trắng hiện nguyên hình mỹ nữ
    Cung ngà điện ngọc rèm châu.
    Tam lăng kính đã làm nên huyền sử
Đại Tây Dương hai ngả một sân chầu...
Ruổi sát khí quanh làn da ưu đãi
Người giống Trắng mở đường lên cắm trại,
    Nắm trong tay chìa khóa Biển Dâu
    Mà chẳng riêng chi ở mặt Địa Cầu.

Nhưng nếu hỏi: Sắc nào là Chính Sắc
Ở trung tâm, nơi phân phối hào quang?
Thì mấy ngả văn minh trầm mặc
Theo khói nguyệt với hương trà gợi nhắc
Sẽ rung lên chỉ một tiếng: Vàng.
    Giữa khoảnh khắc
    Đá Trường Sơn bày thế trận
Đảo Trường Kỳ tro bụi đi hoang;
    Hán Sở hay Tần Tấn?
Trường Thành đo ý Trường Giang.

Ôi Sắc Hỏa Hoàng!
Màu da Lửa Sống hiên ngang
Của Siêu Thoát, của Suy Tư, Nhập Định,
Giao thoa những nét gươm đàn
Những nét chữ bên đèn say tỉnh.
Nếu lại hỏi: Sắc nào trên Tuyệt đỉnh?
Hẳn sẽ dồn vang nhịp trống ngũ lôi
Như vó ngựa đập liên hồi
Thúc Sa mạc sầu miên cởi giấc mê truyền kiếp
Mắt Ngẫu tượng cháy bừng lên thông điệp
Bao nhiêu kẻ vong thân từ phút nằm nôi
Đều được ánh kim cương mặc khải rồi.
Đại Quỹ Đạo[1] tiếc gì hoa rải rắc
Vì chỉ có màu Đen là Tuyệt Sắc
Mà thôi...
Trang giấy còn khoe Trắng khoe Vàng khoe Đỏ nữa sao?
Khi đã giòng Đen rót mực vào
Cũng là rót cả một niềm đau rưng rức.
Nỗi Tiềm Thức, hay chìm Ý Thức?
Vẫn Thiên Thu nhận diện U Buồn.

Chợt vỡ tan tành mọi thứ khuôn
Từ những tế bào nằm im phăng phắc
Nghe thoáng gợn bước chân Di Lặc.
Hai mươi lăm thế kỷ nữa rồi đây
Trái tim Nhân Loại sa lầy
Men kỳ thị máu pha bùn đã sặc...

Bao thành kiến với bao nguyên tắc
Ào xuống, chen nhau một chuyến đò.
Những tiếng kêu loảng xoảng, những dây trói giằng co
Tranh nhãn hiệu là Vua hay là Giặc...
Chừ mới biết đâu là Phương Bắc
Khi địa bàn gẫy vụn dưới cơn giông.
Chừ mới biết đâu là Chân Sắc
Khi Nấm độc dành cho Hoàng với Hắc
Cũng sắp mang đi cả Bạch theo Hồng.
Trời Xanh đã tới Cửa Không
Trút màu da... Cõi Đại Đồng mở toang.

1967

[1] Trong **Bút Nở Hoa Đàm** *(1967)*, hai chữ Quỹ Đạo nguyên là Xích Đạo. Bài dịch tiếng Pháp có lẽ đã dựa theo bản in cũ đó: (la ceinture de) l'Equateur

la vraie couleur

Dès l'origine, l'espace s'est réservé la couleur bleue.
Un bleu généreusement teinté de mille et mille nuances.
Emeraude de l'herbe, turquoise des saules, outre-mer des océans
                                          et des montagnes.
Pour colorer la peau des races humaines, ne restaient que le
                                 rouge, le blanc, le jaune, le noir...
Sont-ce, ouvrant sur le ciel, les quatre portes de la Tour de Babel?
Ou les quatre voies rectilignes et parallèles, incapables de
                                 découvrir un point de rencontre
Dans la brousse infranchissable des langages, véhicules
                                 d'expression de ce monde de poussière?
Notre siècle, le vingtième, continue à voir ses os et sa chair
                                 prisonniers d'une question aux multiples faces
                                        à laquelle il n'est point de réponse.
Est-il vrai que le Rouge et le Bleu soient des teintes
                                          complémentaires?
Dans un passé lointain, la race rouge s'est unie avec le ciel bleu et
             tous deux se sont enivrés des bouffées denses de la fumée,
                    élevant tour à tour ce calumet, symbole de la Paix.
Ceci se passait au cœur de la forêt vierge.
Mais une nuit, les gorges des montagnes ont saigné. Depuis, de
        cette pourpre montent des soupirs et des larmes: Colorado,
                Colorado... Et l'écho de cette douleur se disperse
              et s'égare à travers la carte du nouveau monde.

Alors, est-ce le Blanc qui devrait être la somme des couleurs?
Tel le Mont Blanc, la Mer Blanche où la neige et les nuages se
mirent.
Couleur qui porte en elle toutes les autres jusqu'à l'infra-rouge et
l'ultra-violet.
La lumière blanche apparaît comme une Déesse, parmi ses
châteaux d'ivoire, ses palais d'albâtre, ses rideaux de perles.

Cette légende naît du prisme et l'Atlantique devient la cour unique
et royale des deux Continents[1]. La race blanche, parée
de sa couleur élue, ouvre la route, marque les bornes,
établit les camps, tenant entre ses doigts la clé des
changements, de tous les changements, même au
delà de la surface du globe.

Cependant, si l'on s'interroge Quelle couleur doit être le Centre
de toutes les couleurs, le cœur de toutes choses,
le point de distribution de toutes lumières?
À travers les diverses voies qu'emprunte la civilisation profonde et
statique: la soie des rayons lunaires, le parfum
du thé vibre un seul écho: le Jaune.
Et ceci, à l'heure où la Longue-Chaîne[2] érige en bataille ses blocs
de pierre, où la Longue-Île[3] disperse à tous les vents ses
poussières empoisonnées, où la Longue-Muraille[4]
demande au Longue-Fleuve[5] La Guerre ou la Paix?

Mộng Trắng Thơ Vàng Tóc Bạch Kim trang 58   *Vũ Hoàng Chương*

Oh! ce Jaune-feu, couleur d'une peau concentrant la force vitale héroïque, couleur de la pensée, de la méditation, de la délivrance, s'unissant aux éclairs de l'épée, aux notes du shamisen, aux studieux caractères dévalant des pages des livres, sous une lampe dont nul ne sait si elle est encore pénétrante ou déjà obscurcie.
Mais si la question se pose en d'autres termes: Quelle est la couleur qui les Domine toutes?
Alors, pareil à mille zèbres se précipitant des collines, le tam-tam répand le tonnerre redoutable, la colère des cinq Dieux de la Foudre et de l'Éclair. Le Désert se dépouille de son sommeil originel. Dans les terribles yeux de l'Idole brûle un message adressé à tous ses enfants et tous, même ceux qui depuis le berceau furent esclaves, sont bouleversés par cette révélation fulgurante.
La ceinture de l'Équateur éparpille sans regret ses fleurs aux couleurs diaprées,
Parce que seul le Noir est la couleur suprême.
Comment cette page de l'histoire humaine pourrait-elle se glorifier de son Blanc, de son Jaune, de son Rouge lorsque le Noir y aura jeté toute son encre?
Car il y jettera en même temps son indicible douleur, toute sa nuit de douleur.

Que l'inconscient remonte à la surface,
Que le conscient s'égare dans les profondeurs,
C'est toujours le visage de la tristesse qui se reconnaît dans le miroir du Temps... la noire tristesse!

Enfin les barrières se brisent. Chacun retient son souffle et dans le
　　　　　　silence soudain résonnent les pas de Di Lac[6].
Vingt-cinq siècles se sont écoulés depuis la mort de Çakia Mouni[7]
　　　et toujours le cœur humain s'enlise dans la boue du racisme.
L'on se côtoie, l'on se serre dans le même sampan pour rejoindre
　　　　　　　　　　l'autre rive. Les chaînes et les fers
　　　　　　　　　　　s'entrechoquent sinistrement.
　　　　　Le combat est acharné pour atteindre à la suprématie,
　　　　　　pour obtenir le titre: Règne ou Rebellion.
Et c'est à l'heure où la boussole est brisée dans la tempête que
　　　　　　　l'Humanité enfin découvre le Nord.
Elle découvre aussi la vraie Couleur, maintenant que le
　　　　　champignon mortel, destiné d'abord aux Jaunes et
　　　　　aux Noirs, tend de plus en plus à emporter aussi
　　　　　　　les Blancs, avec les Rouges à leurs côtés.
Mais le ciel bleu se fraie un chemin jusqu'aux portes du Non Être,
　　　　il se dépouille de son azur éternel et la grande
　　　　　　　　　communion se rétablit.

[1] L'Europe et l'Amérique.
[2] La chaîne Annamitique au Việt Nam.
[3] Traduction française de Nagasaki.
[4] La muraille de Chine.
[5] Le Yang Tsé Kiang.
[6] Nouvelle incarnation de Bouddha attendue par les bouddhistes.
[7] Bouddha.

Mộng Trắng Thơ Vàng Tóc Bạch Kim trang 60　　　　　　　　Vũ Hoàng Chương

vô phương thảo

Khởi dữ oanh nhi học đoạn trường
Mang mang trần tích dã hà thương
Xuân ưng giảm khước thành hư mộng
Danh tự lưu truyền áp chúng phương
Độc tỉnh vô nhân phong lập đức
Tương tư hữu thảo túy vi hương
Bi tai khô cốt liên thiên bạch
Dục hóa phi huỳnh vấn bỉ sương

bản dịch nôm

Đứt ruột con oanh mặc thói thường
Sá gì hoang loạn dấu tầm phương.
Xuân như một sớm nào phai sắc
Danh vẫn ngàn hoa ấy nức hương.
Tỉnh có ai đâu sầu hận khắp
Say làm quê vậy nhớ thương vương.
Hóa thân lửa đóm mà lên hỏi:
Sao tận chân trời phơi trắng xương?

1966

pointe d'herbe-parfum

A quoi bon se déchirer le cœur, loriot?[1] [2]
Qu'importe si le souvenir des verts sentiers jadis parcourus attriste le passant?[3]
Le printemps s'évanouira comme un rêve.
Seul mon nom demeurera imprégné dans l'atmosphère où s'épanouissent mille sources de parfums.
Il n'est plus ici, le vieilleur solitaire[4] qui sut guider le vent dans la bonne direction.[5]
Herbes dites "Mal d'amour", ô mes surs, il ne me reste qu'à m'unir à vous au Pays de l'Ivresse[6]
Quel désastre! Les os déséchés blanchissent jusqu'à l'horizon.[7]
Me métamorphoser en luciole et monter au ciel bleu pour lui demander le pourquoi de ces choses.[8]

[1] C'est l'herbe-parfum qui parle par la voix du poète.
[2] Allusion à un ancien poème chinois: l'herbe-parfum et le loriot assistent à la séparation du guerrier et sa femme et leur cœur est déchiré de compassion.
[3] À cause de la tristesse des temps, l'herbe-parfum ne regrette pas son absence cette année.
[4] Un grand homme d'état de la Chine ancienne Khuất Nguyên ne parvenait pas à faire écouter par l'empereur ses sages avis. Il écrivit alors un poème triste dont voici un vers: "Seul, je veille tandis que tout dorme profondément. Dès lors, à quoi bon?"
[5] Un proverbe chinois dit "Celui qui gouverne est semblable au vent. Le peuple est semblable à l'herbe". (L'herbe s'incline dans la direction où soufle le vent).
[6] Il existe au Việt-Nam une herbe appelée "Mal d'Amour". On la brûle pour en respirer l'arôme qui crée une ivresse voluptueuse. Ici, l'herbe-parfum souhaite quitter ce lieu de désastre pour le Pays imaginaire de l'Ivresse.
[7] Selon une autre poème ancien, l'herbe-parfum étend sa verdure jusqu'à l'horizon. Par tout où elle croissait, on ne voit plus désormais que des ossements.
[8] Pour les poètes orientaux, l'herbe fanée est transformée en lucioles. Ici, l'herbe-parfum veut sacrifier sa courte existence pour connaître la cause des malheurs de son pays.

Mộng Trắng Thơ Vàng Tóc Bạch Kim trang 62   *Vũ Hoàng Chương*

trở về

Đã phá đứt tung
Mọi dây trói, mọi rào đơn lưới kép.
Đã xóa bỏ những vòng đai chật hẹp
Những phù hoa lồng kính đóng khung.
Và đã trở về.
Đâu cần mở con đường không biết khép;
Cảnh nơi đây còn nguyên vẻ đẹp
Của hôm nào ra đi.

Núi ngày cũ nghiêng đầu khoe tóc mượt,
Rừng thông vẫn tiếng reo xanh.
Lưng yểu điệu hòa theo màu cỏ mướt,
Vòng chân đứng vững như thành.
Chỉ có tóc này pha sương
Hai vai này vơi mất nhiều xuân để mang đầy cát bụi,
Những bước đi này thêm nặng đau thương
Kể từ xuống núi.

Giòng suối cũ chẳng cao lên, cũng chẳng hao gầy
Vẫn là gương mặt thơ ngây.
Giọng nói cười trong vắt
Giữa vùng hoa dại kết nôi.
Chỉ có ngàn tia hy vọng tắt
Không hẹn phản hồi;
Chỉ có niềm tin nín bặt
Trong đôi hố mắt này thôi.

Người yêu cũ nằm đây, trang sách mở,
Thân động ngọc lung linh
Hồn Chữ hương dìu hơi thở
Gợn khắp châu thân từng vân ngọc đa tình.
Chỉ có thịt xương này khô héo
Tâm tư này xiêu vẹo
Qua nhiều cơn sốt mê tơi
Của những mưu sinh, ứng thế, tranh thời.

Chữ Đồng Tử với Tiên Dung Công Chúa
Từng khói mây vút cánh Bồng Châu.
Khói như tơ bạc mây như lụa
Nhưng Bồng Châu? Bồng Châu? Ai biết nơi đâu?
Và đâu chỉ một phương Thần Thoại ấy,
Một lứa đôi tài tử đất Phong Khê!
Gẫm lại ngàn xưa ai chẳng vậy;
Chẳng ai không "trở về".

"Trở về"... "Trở về"... ôi điệp khúc
Mỗi giây phút như kêu đòi như thúc giục!
"Về đi thôi!", Đào lệnh có vườn hoang
Tư Mã Tương Như có bóng chim hoàng
Lưu Nguyễn có hoa đào nước suối.
Ai giác ngộ có bè Nam Hải
Tham sân si cũng có vực Trầm Luân.
"Trở về" ai chẳng một lần!

Còn may cho ta
Chốn cũ không già.
Cuộc trở về êm như bản nhạc
Đường về tạo lấy bằng Thơ
Vì ta vẫn là Ta, dầu nghiêng lệch bơ phờ
Núi vẫn nhận ra nhau, suối không hề oán trách.
Và Người xưa... Ôi Người Yêu trinh bạch,
Dám đâu ta gọi thức bao giờ!

Sàigòn, 1967

le retour

Rompus, anéantis,
Les liens qui ligotent, les barrières qui séparent.
Abolies, les frontières interdites, les images vaines
Emprisonnées sous le verre d'un cadre.
Me voilà sur le chemin du retour.
La route est ouverte... Me fut-elle jamais fermée?
Et le paysage a la même beauté que le jour de mon départ.

La montagne des temps passés incline sa tête aux cheveux
                                                                  brillants;
Les forêts de pins continuent leur chanson verte.
La couleur de son flanc rime harmonieusement avec
                                        l'émeraude des herbes tendres.
Elle est solide sur sa base, ainsi qu'une citadelle.
Seuls changements: le givre qui commence à blanchir mes
                                                                      cheveux;
Et sur mes épaules déchargées de plusieurs printemps, un
                                    fardeau plus lourd de poussière,
Et mes pas que de plus en plus appesantit la douleur depuis
                                que je descendis le versant de la montagne.

La source ne s'amplifie ni ne s'épuise...
Elle a toujours son visage miroitant de candeur.
Ses rires, ses chants, continuent à ruisseler au fond de la
                                gorge sauvage, son doux berceau.
Seule mon espérance s'est éteinte, pour ne point se rallumer.
Cependant, la foi demeure au fond des abîmes creux de mes
                                                                              yeux.

Mộng Trắng Thơ Vàng Tóc Bạch Kim trang 66   *Vũ Hoàng Chương*

La bien-aimée d'autrefois parait sur la page ouverte.
Son corps s'est cristallisé en jade brillant.
L'âme des caractères[1] parfume à jamais son haleine.
Le long de ses bras d'albâtre, de ses doigts de diamants, des veines courent en vagues d'amour.
Seul mon squelette s'est desséché, mon cœur a perdu son équilibre dans ses accès de fièvre:
La lutte pour la vie, la volonté de faire face, l'ambition de vaincre.

L'Adolescent Des Berges et la Princesse Aux Allures De Fée[2] ont déployé leurs ailes de brume et de nuages en direction de Bồng Châu[3].
La brume est de soie argentée, le nuage de velours transparent, mais où se trouve Bồng Châu?
Qui oserait prétendre le savoir?...
La direction légendaire n'est pas unique. Il n'est pas unique non plus, ce couple mythique du pays Phong Khê[4].
Depuis l'aurore des siècles, nul n'échappe à la loi du Retour.

Retour! Retour! Tout puissant refrain qui à chaque instant crie, réclame, exige, presse.
Retournez sans retard! Le jardin de Đào[5] est abandonné.
Tư Mã Tương Như[6] évoque dans son chant l'ombre du "phénix-femelle".
Lưu et Nguyễn retrouvent les fleurs du pêcher et les eaux de la source[7].
Quiconque revient à la raison aura son radeau dans la Mer du Sud[8].
Et ceux que leurs passions aveuglent encore auront leur abîme de Métempsychose.

Retour! Retour! Chacun y viendra, sans exception.
Pour moi, quel bonheur!
L'asile du Passé ne vieillit pas.
Le retour s'accomplit, merveilleux comme de la musique.
La Poésie me trace le chemin.
Déséquilibré, harassé, je suis toujours moi-même.
La montagne me reconnaît; la source ne m'adresse ni plainte,
ni reproche.
Et la Bien-Aimée d'autrefois, si pure, j'ose encore la réveiller.

]1] Les caractères chinois du livre.
[2] Héros d'une légende vietnamienne datant de 10 siècles avant J.C. - L'adolescent Chử Đồng Tử errait nu sur le rivage. Trop pauvre, il ne possédait aucun vêtement. La Princesse Tiên Dung Công Chúa qui descendait le fleuve, donna l'ordre à sa suite d'étendre des rideaux afin qu'elle put se baigner. Mais le sable, entraîné par l'eau, dévoila l'Adolescent qui y cherchait refuge. La Princesse lui pardonna et l'épousa, en dépit de la volonté de son père, le roi tout puissant. Alors l'Adolescent révéla à la Princesse qu'il était un immortel. Son exil sur la Terre ayant pris fin, il immortalisa à son tour son épouse et tous deux s'envolèrent au séjour bienheureux.
[3] Séjour des immortels.
[4] Ancien nom du Việt-Nam.
[5] Le préfet Đào était également un grand poète de la Chine (7e siècle). Il abandonna le mandarinat pour retourner à la vie paysanne. Son poème intitulé "Retournez" est très célèbre.
[6] Le musicien Tư Mã Tương Như fut un célèbre compositeur de la Chine du 1er siècle. Son œuvre "Le Phénix mâle à la recherche du Phénix-femelle" est une des meilleures de la musique classique de l'Extrême-Orient.
[7] Lưu et Nguyễn, deux poètes chinois du 7e siècle, s'égarent un jour au royaume des immortels. Six mois passés en ce lieu équivalent à six siècles en notre monde de poussière. Rongés de nostalgie, ils abandonnèrent le séjour céleste pour rejoindre leur famille. Mais sur terre, nul ne les reconnut. Ils retournèrent alors à l'endroit où le miracle s'était produit, où murmurait toujours la source, où s'épanouissaient toujours les fleurs de pêcher.
[8] Symbole de la Foi Bouddhique. La Grande Bodhisatwa Quan Thế Âm Bồ Tát, symbole de la douceur, de la pureté et de la compassion, réside sur un radeau voguant sur la Mer du Sud (qui baigne les côtes de la Chine Méridionale et du Việt-Nam). Celui qui possède la Foi et renonce à toute passion terrestre sera admis sur ce radeau.

Mộng Trắng Thơ Vàng Tóc Bạch Kim trang 68   *Vũ Hoàng Chương*

thanh bình

Gửi Lãng Nhân

Bế môn cao ngọa Phù Dung thành[1]
Túy đảo càn khôn liễu bán sinh
Khởi tích lạc hoa tằng lạc phách
Hà phương vong thế dĩ vong hình
Đăng tiền quỷ hỏa tầm giai thoại
Mộng lý Đào Nguyên tục cựu minh
Hưu quái ngã môn chung nhật lạc
Tại phong yên xứ hữu thanh bình

Bản Dịch Nôm
xem bản Hán Tự ở phần Phụ Lục

Thành Phù Dung nằm cao đóng cửa[1]
Lệch càn khôn đã nửa đời say.
Lăng tăng phong cốt bấy nay
Tiếc chi hoa rụng hương bay hỡi lòng![2]
Hình hài có hay không chẳng thiết
Thì việc đời quên hết đã sao?
Đèn khuya lửa quỷ đêm nào
Trong mơ nối lại Nguồn Đào ước xưa.
Trọn ngày tháng lũ ta vui đấy
Đừng ai cho việc ấy lạ đời!
Tìm đâu xa - thế nhân ơi,
Chính nơi lửa khói là nơi thanh bình!

1963

Trong thi phẩm **Trời Một Phương**
[1] chữ Phù Dung ở hai câu này là Tầm Dương:
    Bế môn cao ngọa Tầm Dương thành - Thành Tầm Dương nằm cao đóng cửa
Phù dung là tên một loài hoa, thường hay dùng lầm để chỉ hoa anh túc (罌粟)
[2] câu này là Tiếc chi hoa rụng chữ đây hỡi lòng!

la paix

à Lãng Nhân

Porte close, repos total dans la citadelle de Phù Dung[1].
Ivre à renverser le cosmos, la moitié d'une vie s'en est allée.
Pourquoi regretterais-je la fleur qui tombe, moi qui laissai
                    tomber mon âme?[2]
Pourquoi n'oublierais-je le monde, moi qui oubliai jusqu'à
                    mon corps?
Sous la lampe, je rêve aux légendes du feu du diable[3].
Je renoue en songe mon serment d'amour avec l'ancienne
                    aimée de la Source du Pêcher[4].
Vous, les maudits, ne vous étonnez pas de nous voir
                    perpétuellement joyeux.
C'est parmi les flammes et la fumée que l'homme trouve la
                    véritable paix[5].

[1] Cité imaginaire qui symbolise un lieu solitaire, à peu près ce que nous traduirons en français par "tour d'ivoire".
[2] "Laisser tomber son âme", expression viêtnamienne signifiant galvauder sa jeunesse en des plaisirs frelatés.
[3] Légende chinoise un poète du IXe siècle ayant plongé une bouteille vide dans les marécages, la retira pleine de gaz des marais. Il en approcha une allumette et vit s'élever des étoiles de feu qu'il appela "feu du diable". Cette légende rappelle un peu la croyance de nos paysans campinois qui s'imaginent que les feux follets sont des âmes d'enfants morts sans baptême qui viennent supplier les passants de les baptiser.
[4] Séjour du bonheur idéal.
[5] Expression signifiant à la fois atmosphère de guerre et atmosphère d'ivresse.

Mộng Trắng Thơ Vàng Tóc Bạch Kim trang 70   Vũ Hoàng Chương

nhận diện

Én biết ngậm bùn hay ngậm đá
Liễu nào khoe tóc với khoe lưng[1]

Đã nhiều tháng nhiều năm
từng cơn gió độc
từ Bắc phương từ Đông hải gieo về
cát bụi giết người phủ đầy hang hốc
đầy ruộng nương đầy cả phố phường
ngấm sâu vào mạch đất
vào mạch nước...
trái tim nào đó hôn mê?

Và đã mọc lên
mọc lên dần
không ngớt
mỗi phút giây tốc độ càng tăng
đã mọc khắp, tràn lan đi, chẳng sức gì ngăn nổi
những loài cỏ dại
với trăm muôn hình thái sắc màu
với trăm ngàn bề thế khác nhau.

Chúng mọc lên cùng mặt trời
cùng mặt trăng và các vì sao
nhưng mọc để chưa bao giờ chúng lặn...
cỏ Đoạn trường hay cỏ Mỹ nhân?
hay đó xanh xanh cỏ Thiên lý?
không, em ơi, còn ghê gớm hơn nhiều
tên chúng ai mà dám đặt
dẫu đặt rồi ai dám đích danh kêu!
Giòng tâm huyết lặng trôi qua như nước dưới cầu
nhưng còn chúng?

ngày lại ngày nối tiếp rễ ăn sâu...
tất cả những con đường Sống
đều bế tắc, đều lung lay, đều mọt ruỗng
đứt lìa bao gốc Đẹp nguồn Vui
tọa độ của Suy tư trở thành những trục phiêu lưu
mọi ý chí hăng say mất dần điểm tựa...
ai lường được cơ nguy khi Lá bài lật ngửa
trên Chiếu bạc tàn canh rách mướp này?

Ôi, Kinh Thành khuya nay!
cỏ bám chặt vặn nghiêng nền móng
bụi ào lên gió dựng đứng càn khôn
nổ tung trận bão ghê hồn...
những đại lộ kiêu sa, những công thự, hí trường
nói khác đi, là cả bộ xương
của Thủ đô nằm phơi mình choáng ngợp
ai bẻ gãy long ra từng khớp?

Thịt đâu lả tả rụng rời
trong vạc lửa cháy lên khét lẹt?
máu không còn để rơi...
chẳng riêng chi lũ hẻm nghèo kia mới là "hẻm cụt"
mà cả bức tường xây
vây kín những tư dinh lập lòe sắt thép
cũng bị cụt đầu
và rất nhiều, rất nhiều, không đếm xiết
trong dãy nhà ổ chuột
những giường những ghế
cụt chân tay.

Trắng đêm xuân tang tóc đã gieo đầy
bất kỳ đâu, ngoài hiên, ngoài phố

vang rền tiếng nổ
xác đạn kề bên xác pháo Mồng Hai
từng cánh đỗ quyên trước gió
theo cánh đào... Xuân rỏ máu tươi!
nhưng rồi ra sao những Con Người
- em gặng hỏi -
những con người thực sự
có mẹ cha sinh, có quê hương lịch sử
và ngôn ngữ...
họ ra sao? trời ơi!

Anh đâu có đủ lời
để nói cùng em cho hết được...
lời nói nào không đặt bước
trên cung bậc Thời gian!
bốn mươi sáu năm còn lại của đời anh
trải ra hết vẫn còn là quá ngắn,
càng khó đem Thơ nhờ nước mắt gieo vần.

Đành nín câm
cho đá nẩy lên mầm
giữa lương tâm Thế kỷ...
đêm loạn hơi Thơ tràn tử khí
nỡ nào ai cao ngâm!
vần gieo có mọc lành xương thịt
ở vệ đường chăng, ở đáy hầm?

Sàigòn, Tết Mậu Thân - 1968

[1] Hai câu tiêu đề chỉ xuất hiện khi bài thơ này được in trong tạp chí **Bách Khoa** số 280 ra ngày 01 tháng 09 năm 1968

face à face

Durant des mois, des années,
Rafale après rafale, le vent délétère
Venant des monts du Nord et des vagues de l'Est
S'est fait semeur.
La poussière homicide s'est infiltrée,
Envahissant les champs, envahissant les rues,
Pénétrant les veines du sol, les artères de l'eau.
Déjà moribond, ce pauvre cœur!

Et croissent sans repos,
Toujours plus vigoureuses, invaincues, invincibles,
Les Herbes mauvaises.
Elles ont toutes les formes, toutes les couleurs, toutes les
                                                          apparences,
Se lèvent en même temps que le soleil,
En même temps que la lune et les étoiles,
Mais pour ne se coucher jamais.
Herbes déchireuses d'entrailles?[1]
Herbes "Ngu", en forme d'épées?[2]
Herbes vertes des mille lieues?[3]
Point! Leur nom est plus terrible encore.
Si terrible que nul n'oserait le prononcer!

Comme l'eau sous le pont s'écoulent sourdement les aspirations de
                                                                    l'âme.
Mais Elles, jour après jour, plus profondément s'enracinent,
Obstruent toutes les voies qui mènent à la vie,
Brisent le socle de la Beauté,
Tarissent les sources du Bonheur.
Les axes de la Pensée, aiguilles vagabondes, vacillent.

Mộng Trắng Thơ Vàng Tóc Bạch Kim trang 74   *Vũ Hoàng Chương*

Volonté, ardeur, ivresse sont anéanties.
Qui connaît le danger? Qui sait quelle carte se retourne sur la table
de jeu, à cette heure tardive de la nuit la plus sombre?

Saigon!... Dans l'ombre les Herbes s'y insinuent, l'envahissent pour
en desceller les fondations.
Des nuages de poussière se soulèvent, les vents déferlent sur leur
proie qu'ils enserrent de leurs griffes.
Sur la cité se déchaîne le plus effroyable des typhons.
Allées splendides, édifices pleins d'orgueil, lieux de négoce ou de
plaisir, ossature même de la Capitale,
Qui vous a détruits, au point de ne laisser de vous rien d'intact?

Partout des lambeaux de chair grésillent sur les brasiers, infectant
l'air de leur puanteur.
En eux plus une goutte de sang n'est demeurée.
Hier, c'étaient les ruelles décapitées[4] où s'entassent les pauvres qui
s'écroulaient.
Aujourd'hui, des monuments superbes sont mutilés.
La nuit de printemps est toute blanche[5] de deuil.
Dans le désordre universel, les explosions se répètent et se
répondent.
Les douilles des obus voisinent avec les débris des fusées de la Fête
du Têt.
Dans le vent printanier, les roses pleurent du sang.
Et toi, petite fille, avec anxiété tu m'interroges:
Que sont devenus les humains, les vrais humains, ceux qui ont père,
mère, patrie, histoire et langage?

Que te répondre, hélas? Je n'ai plus de parole!

Tân Thi

Et quand bien même? Chaque mot devrait peser sur une touche du clavier du Temps, et si quarante-six longues années me restaient à vivre, le chemin serait encore trop court.[6]
Ce que j'ai à dire est trop long!
La Muse pourrait-elle l'exprimer à ma place?
Non! Les larmes effaceraient tout.
Je demeure muet. Que le germe croisse seul dans le cœur de la pierre!...
Dans la nuit du chaos, l'haleine de la Poésie a le relent de la mort!
Quel poète oserait encore chanter?
Les rimes qu'il sème auraient-elles le pouvoir de faire revivre la chair et se rejoindre les os épars sur ces pavés, dans ces remparts et dans ces caves?

---

[1] Pour les Viêtnamiens, symbole du mal d'amour.
[2] Symbole de la mort violente, par allusion à la légende de la belle Ngu, femme du conquérant Hạng, qui se frappa de son épée pour décider son mari à rompre le cercle de ses ennemis.
    * *Extrait du note dans* **Les 28 Étoiles**:
[*Poème inspiré de l'histoire de la Chine et par la légende qui en naquit. Au début de l'ère chrétienne, HANG VU, célèbre conquérant, s'empara de la moitié de la Chine. Sa femme, la belle NGU, combattait à ses côtés et maniait l'épée avec une dextérité singulière. Quand survint la défaite finale, elle se donna la mort en se transperçant de cette même épée pour décider son mari à rompre le cercle de ses ennemis... Elle fut enterrée sur les bords du fleuve Yang-Tsé-Kiang. Sa tombe se couvrit aussitôt d'une herbe inconnue en forme d'épée qu'on appela: Herbe NGU. Quand on chante devant ce tombeau un hymne de la Chine méridionale, contrée natale des époux, les brins d'herbe s'agite violemment, pareils à des épées se croisant dans un assaut. Les hymnes de la Chine septentrionale ne produisent aucun effet.*]

[3] Symbole de la dictature (Voir le célèbre roman chinois **Les Trois Royaumes**).
[4] Nom viêtnamien des impasses.
[5] En Asie, le blanc est la couleur du deuil.
[6] Au moment où il écrivit ce poème, l'auteur avait 54 ans. A la manière orientale il évalue à un siècle la moyenne d'une vie humaine.

đêm vào la mã

Ai xưa mưa lạnh liền sông
Ta liền đêm rối phiêu bồng đường bay.
Gió sương đổ hết về đây
Phi trường La Mã khoác dầy áo đêm...
Vòng theo khoảng cách đôi kim
Thời gian buông bắt trái tim giang hồ.
Nửa khuya hồi hộp bất ngờ:
Mặt trời quê mẹ đã giờ lên cao? [1]
Trà xanh chẳng thấy ai trao,
Vị cà phê đắng như bào, uống chi!
Lữ hành cô độc, ta đi
Quá xa không phận Đường Thi mất rồi.
Sớm mai nhờ cặp chân trời
Mang câu tâm sự đến người Lạc Dương.

1965

Ghi chú của tác giả

[1] Sàigòn và La-Mã ở vào hai kinh tuyến khá xa nhau; do đó, có sự cách biệt tới 6 giờ: nửa đêm ở La Mã ứng với 6 giờ sáng ở Sàigòn.

escale à rome à minuit

Sans s'arrêter, jadis, quelqu'un accompagna la nuit froide d'une rive à l'autre.
Et moi, d'une nuit à l'autre, je me perds dans le vol de l'herbe vagabonde. N'avons-nous pas même destin?
Ici, vents et brumes se rencontrent.
La plaine de Rome s'est revêtue de nuit.[1]
Dans l'angle mouvant de ses aiguilles, le Temps poursuit son jeu, serrant et desserrant tour à tour le cœur du pèlerin des fleuves et des lacs.
Minuit. Déchirement... Sans doute le soleil est-il déjà levé sur mon pays natal.[2]
J'attends le thé vert de mon rêve[3]. Mais nul ne me l'apporte.
L'arôme amer du café me rebute. Comment me résigner à boire?
Voyageur à Rome, je me suis trop éloigné du Ciel de la Poésie Orientale.
Demain je confierai aux deux horizons[4] le message de mon cœur à mes amis de Lạc Dương.[5]

[1] L'aérodrome.
[2] Minuit à Rome correspond à 6 heures du matin au Việt-Nam.
[3] Thé qui croît et se boit uniquement au Việt-Nam.
[4] En viêtnamien horizon se dit: pied du ciel.
[5] Ville de la Chine antique, capitale des lettres et des arts. Un poète chinois du IXe siècle (époque Tang) a écrit: Si mes amis de Lạc Dương demandent de mes nouvelles, dites-leur que mon cœur de glace (symbole de la Pureté) est toujours enfermé dans le flacon de pierre précieuse.

Mộng Trắng Thơ Vàng Tóc Bạch Kim trang 78   Vũ Hoàng Chương

thông điệp thế vận

Đầu Máy Za-tô-pếch[1]
Huyền thoại trăm lần huyền!
Máy chạy bằng máu đỏ
Người bắn đi thành tên.

Đầu Máy Za-tô-pếch
Huyền thoại năm nào xưa!
Một niềm tin sáng rực:
Sức người không bến bờ.

Đầu Máy Za-tô-pếch
Huyền thoại bao năm rồi!
Bảy màu mây Thế Vận
Lưu tinh không lìa ngôi.

Đầu Máy Za-tô-pếch
Ôi, Huyền thoại hôm nay!
Thần tượng của Tiệp Khắc
Quằn quại trên đường rầy.

Đầu Máy Za-tô-pếch
Huyền thoại chẳng vong thân!
Hãy phá tung cùm sắt
Dính liền theo bên chân!

*Đầu Máy Za-tô-pếch
Huyền thoại mang tim người!
Chớ về ga Bạo Lực
Cúi xuống làm trò chơi!

Đầu Máy Za-tô-pếch
Huyền thoại Sức đương đầu
Của nhân dân một nước
Của toàn dân Địa Cầu!

Đầu Máy Za-tô-pếch
Huyền thoại, nói lên đi:
"Ta, người! không phải máy!"
Thơ Việt Nam chào mi.*

Sàigòn, 1968

---

[1] Emil Zátopek, lực sĩ điền kinh Tiệp Khắc, có biệt hiệu là Czech Locomotive, sở trường về môn chạy trường lực, từng phá 18 kỷ lục thế giới, đoạt huy chương vàng (10 km) tại thế vận hội London năm 1948, và ba huy chương vàng (5 km, 10 km, marathon) tại thế vận hội Helsinki năm 1952.

Tác giả viết bài này sau cuộc nổi dậy năm 1968 của dân Tiệp Khắc đòi tự do, đòi phá bỏ chế độ cộng sản, bị Liên Xô đưa nửa triệu quân sang đàn áp, tàn sát, và áp đặt nền thống trị sắt máu lên đất nước này.

message d'olympie

Mythe Zatopeck, cent fois légendaire, humaine locomotive.
Machine que propulse un sang rouge.
Homme-flèche, Homme obus, dont la puissance démontre la
                        puissance de la Création.

La foi brûle comme le feu. La volonté d'un homme dépasse
                        ses limites.

Locomotive Zatopeck, légende qui se propage au cours des
                        années.
Dans les nuages aux sept couleurs du ciel Olympique, l'étoile
                        filante ne quitte point son zénith.

Locomotive Zatopeck, légende moderne, idole sacrée de la
                        Tchécoslovaquie qui se débat sur les rails.

Locomotive Zatopeck, mythe qui ne se peut nier, brise les
                        fers qui s'attachent à tes pas!

Locomotive Zatopeck, ne te laisse point garer par la force
                        brutale, ne t'abaisse pas à devenir un jouet d'enfant!

Locomotive Zatopeck, symbole de la Résistance d'un peuple,
                        sois un exemple pour tous les peuples de la Terre!

Locomotive Zatopeck, ô légende, parle, je t'en conjure!
                        Proclame: "Je suis un Homme et non une machine!"
La Poésie Viêtnamienne te salue.

Tân Thi

vòng đua

Rằng tất cả đều xoay chong chóng.
      Còn ai không biết nữa ư?
Một chân lý: một cuồng lưu nóng bỏng
Ngay quanh mình, ngay giữa nếp suy tư.

Khác xa nhịp bước Nàng Thơ vấn vương tiềm thức,
      Hay trong mơ khúc múa Tinh Cầu.
      Vì chẳng có chi là nao nức
      Là rung động thực
      Vang xuống các bề sâu.
         Chỉ là Máy:
Những đe dọa bên tai, những mệnh lệnh trong đầu;
Thúc đẩy mãi... đến bao giờ kiệt sức.

Đêm Lịch Sử đã thăng bằng hai Đối Lực
Cùng đi hoang và dứt bỏ cỗi nguồn.
Sân khấu chẳng ngừng xoay; mỗi ngả kéo theo luôn
Cả cuộc sống với trăm ngàn sắc diện.
      Để tranh quyền Đạo diễn,
Quyền phân phát những đam mê, yêu, ghét, vui, buồn.
        Ôi Vòng đua lộ liễu
      Với cờ trận tung bay nhãn hiệu
      Của hai phường Con Buôn.

Rằng tất cả đều rã rời đau nhức
Đang chờ nghe mê hoảng tiếng nhân ngư

Tận cuối đường kia, đáy vực,
Còn ai không biết nữa ư?
Còn ai không biết nữa ư?
Rằng tất cả đều căng ra hết mức
Da mặt trống mênh mang, dùi vung lên vỡ ngực.
Bình minh đâu, thế hệ Không Cười?
Hoàng hôn chăng, thế hệ Hai Mươi?

Ai dám chắc dấn thân vào Thảm Kịch
Là "hoa tàn lại thêm tươi"?
Rất có thể vòng đua về tới đích
Tượng trưng bằng Chấm Hết của Con Người.

Nhưng chẳng lẽ còn ai không biết
Rằng: trải đau thương, tất cả sẽ không lầm.
Với một lòng tin bất diệt
Sức Ly Tâm nào cũng phải Hồi Tâm...
Trăng đã mọc
Thoáng hương trầm
Giữa nhịp đời nhức óc
Bài Thơ này cao ngâm.

1967

le stade

Tous, emportés par le tourbillon, tournent tels des toupies,
Nul ne peut plus l'ignorer!
Un courant fou brûlant, entraîne chacun, envahit chaque
                                        repli de sa pensée.

Rien qui ressemble au passage de la Muse, caressant le
                subconscient, ni à la danse des astres au fond du rêve.
Rien qui passionne, qui captive, qui pénètre au tréfonds de
                                                  l'âme.
Rien... que la Machine!
Des menaces pour les oreilles, des ordres pour le cerveau.
Un perpétuel harcèlement jusqu'à l'épuisement total,
Jusqu'à la mort.
Dans cette nuit, la plus sombre de l'Histoire humaine,
Deux forces opposées s'affrontent sans s'annihiler.
Toutes deux, échappant aux lois originelles, se lancent dans
                                                l'aventure.
Et sur le plateau tournant, se succèdent les metteurs en
                              scènes, distribuant les rôles,
Imposant aux acteurs l'amour ou la haine, la joie ou la
                                                tristesse.
Oh, stade le plus meurtrier de tous!
Ni pudeur, ni délicatesse!
Des drapeaux portant l'emblème de deux clans de mercantis!

Mộng Trắng Thơ Vàng Tóc Bạch Kim trang 84   *Vũ Hoàng Chương*

Chaque chose, chaque être est voué à la fatigue, aux
                                      multiples douleurs.
Chaque chose, chaque être attend avec angoisse l'appel
                                      hallucinant des sirènes
Au bout de la route maudite,
Au fond de l'abîme terrible mais inévitable.
Cela, nul ne peut plus l'ignorer.
Plus personne à cette heure ne peut ignorer que la tension a
                                      atteint son point extrême,
Que le tambour vibrera jusqu'à ce que la baguette qui le
                              frappe atteigne en retour la poitrine de
                              celui qui en joue et la brise.
Générations qui ne connaissez point le sourire, où est
                                              l'aurore?
Vingtième siècle, êtes-vous celui de l'agonie du monde?

S'engager? S'incorporer au drame?... Qui ose espérer rendre
                              ainsi la vie à la fleur mourante?
La course s'achèvera peut-être, mais le but atteint sera la
                                    destruction de l'Humanité.

Et pourtant... à force d'endurer douleur après douleur,
L'Homme retrouvera une foi plus totale, plus inébranlable.
Toute Force Centrifuge doit se rapprocher du Centre.
Ce sera le Retour au Cœur.
La lune se lève... Un parfum discret s'exhale.
Dans le rythme tourbillonnant d'une vie insensée,
Ce poème s'envole à tous les coins du ciel.

lửa phi châu

Bờ Biển Ngà sương cài lỏng then
Sóng chưa biết lật mới nghinh đèn.
Gối quanh ngưỡng cửa văn minh trắng
Nằm ngất ngư từng bộ lạc đen.

Có nghe da trống vừa rên?
Hồn sa mạc cựa ngôi đền Nhương Sao.
Rừng khuya bặt tiếng chó ngao
Voi về kịp lúc dâng cao khóa vàng.

Chim bằng ngủ mãi sách thầy Trang
Vỗ cánh thần giao cũng vút sang
Ngậm cả vầng trăng theo dự lễ
Cát vươn mình nhịp hắc tiêu vang.

Ôi, Càn khôn hé cẩm nang,
Lò thiêng bốc lửa hỗn mang rần rần!
Nóng hơn sức nóng hạt nhân
Phi châu lại mọc tiền thân Mặt Trời.

1967

(Kỷ niệm Hội nghị Văn Bút Quốc tế tại Abidjan, Côte d'Ivoire tháng 8 năm 1967)

Bờ Biển Ngà (Côte d'Ivoire) là một tân quốc gia ở Phi châu, kế cận đường Xích đạo. Kinh đô Abidjan, trông xuống Đại Tây Dương, y hệt một đô thị Âu Mỹ   [Ghi chú của tác giả]

Mộng Trắng Thơ Vàng Tóc Bạch Kim trang 86   Vũ Hoàng Chương

feu d'afrique

La Côte d'Ivoire enlève à peine son écharpe de brume.
Les vagues, encore incapables de se renverser[1] commencent à fixer
la lampe[2].
La tête posée sur le seuil de la civilisation,
Les tribus noires sont étendues, plongées dans un sommeil
léthargique.

Mais voici que gémit la peau du tam-tam.
Dans le temple de la Prière aux Étoiles, l'âme du désert frémit.
Les hyènes se sont tues dans la forêt nocturne,
Et l'Éléphant paraît, portant au bout de sa trompe la Clé d'or qui
ouvrira les Portes.

L'aigle auguste, dormant depuis des siècles aux pages du livre de
Chang-Tseu[3], bat ses ailes[4].
Il survient, portant dans son bec la lune ronde[5] afin qu'elle aussi
participe à la grande Cérémonie.
Le sable s'étire.
Les flûtes de cuivre retentissent[6].

A ce signal, l'Univers s'entr'ouvre.
Le foyer sacré brûle de tous les feux des âges chaotiques.
La flamme qui en jaillit dépasse en puissance toute chaleur
imaginable.
L'Afrique sent naître en sa chair pour la seconde fois le vrai Soleil,
ce Soleil qu'elle fut Elle-même dans une existence antérieure.

[1] et [2] Dans ce poème, l'auteur compare l'Afrique à un continent encore dans l'enfance, et il use des expressions viêtnamiennes très poétiques qui se rapportent au premier âge. Au Viêt-Nam on dit d'un bébé de 3 ou 4 mois qui demeure couché sur le ventre qu'il a su "se renverser". Il y a aussi l'âge où l'on "fixe la lampe" qui indique un autre degré de l'évolution du nouveau-né. Ici c'est de la progression d'une race qu'il s'agit.
[3] Éminent disciple de Lao-Tseu (Taoïsme).
[4] Réveillé par la télépathie.
[5] Venant de l'Est vers l'Ouest, il suit le même trajet que la Lune.
[6] Instruments typiquement africains.

lửa, lửa, và lửa

Vừa mới hôm nào Lửa Yến Phi
Bay lên... nối cánh Lửa Từ Bi;
Giờ đây, lại nỗi lòng dân Việt
Đau xé trời Nam: Lửa Nhất Chi...!

Ba đợt cháy lên Thông Điệp Lửa,
Đêm sao có thể đặc như chì?
Đốt cho bom đạn tan thành lệ,
Hai ngả Sông Sầu hãy nguyện đi!

Hãy nguyện cho màu tang nổi gió
Trên đầu quả phụ với cô nhi!
Mẹ ơi! Tóc hãy làm giông tố!
Màu tóc màu tang có khác gì!...

Trắng một vòng bay quanh Trái Đất,
Nối dài Thông Điệp Lửa uy nghi.
Sáng trưng Hỏa Lệnh, bồ câu trắng
Sẽ đốt Thời Gian mở lối về.

Sàigòn, 1966

message de feu

Qui ne se rappelle la flamme de Yến Phi[1]
S'élevant pour élargir l'envergure de tes ailes, Feu de
Compasion?[2]
De nouveau la douleur du peuple Việt
Déchire le ciel méridional: flamme de Nhất Chi![3]

Trois fois est dressé le Message de Feu.
Comment la nuit peut-elle demeurer dense comme le plomb
Afin que bombes et cartouches se transforment en larmes
Continuez votre prière, ô rives du fleuve de Tristesse![4]

Priez, priez encore! Que l'emblème du deuil
Se pose en rafale sur la tête des veuves et des orphelins![5]
Et vous, mères malheureuses, que vos chevelures fassent
orage!
Ne présentent-elles pas la couleur même de la détresse?

Un vol cruellement blanc enveloppe la Terre,
Prolongeant le Message de Feu plein de grave majesté.
C'est l'ordre suprême qui éblouit les yeux des Hommes.
Les colombes, à ce signe, brûleront le Temps et ouvriront le
chemin jusqu'à vous.

---

[1] *Nom de la jeune fille qui s'est brûlée vive en 1965 pour l'idéal bouddhique. En viêtnamien, ce nom signifie: Hirondelle en Vol.*
[2] *Expression employée pour la 1re fois par V.H.C. en Juillet 1963 après que 7 bonzes et 2 bonzesses se furent brûlés vifs. Cette expression est désormais consacrée.*
[3] *Nom de la jeune étudiante de Saïgon qui s'est donné la mort par le feu le 15 Mai 1967 pour obtenir la paix au Việt Nam. En viêtnamien son nom signifie: Une Branch.*
[4] *Fleuve qui sépare le Việt-Nam du Nord de celui du Sud.*
[5] *Les veuves et les orphelins viêtnamiens portent tous des turbans blancs. Au Việt Nam, le blanc est le symbole du deuil.*

thủ bút hai câu 3-4 Loạn Trung Biệt Hữu

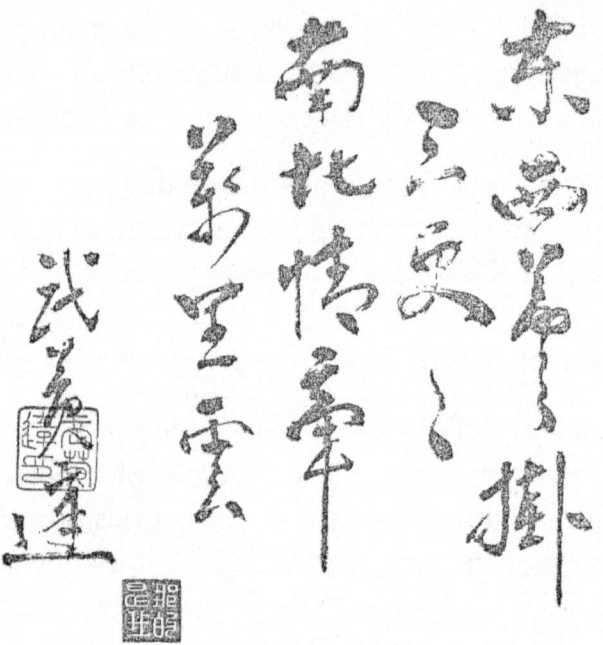

Page calligraphiée par l'auteur, représentant la version chinoise des 3ème et 4ème vers du poème *"Séparation de deux amis en temps de guerre"*.

Phụ Lục

Hán Tự

Mây Sóng Tình Thơ

Cảm Thông trang 42

三五嫦娥不染塵
柔腸枉斷巫山雲
詩壇稱霸花稱后
比國何緣得此人

Loạn Trung Biệt Hữu

Thi Tuyển trang 65

亂中別友

對面曾稱天籟文
今朝別矣筆應分
東西夢挂三更月
南北情牽萬里雲
濁酒孤燈愁不語
黃衫青眼噫何員
秋風乍起蕭魂極
虎嘯猿啼恍忽聞

Vô Phương Thảo

Tân Thi trang 61

無芳草

起與鶯兒學斷腸
茫茫塵跡也何傷
春膺減卻成虛夢
名自流傳壓眾芳
獨醒無人風立德
相思有草醉為鄉
悲哉枯骨聯天白
欲化飛螢問彼蒼

Thanh Bình

Tân Thi trang 69

清平

閉門高臥芙蓉城
醉倒乾坤了半生
豈惜落花曾落魄
何妨忘世已忘形
燈前鬼火尋佳話
夢裡桃源續舊盟
休怪我們終日樂
在烽煙處有清平

André Guimbretière

*một đoạn trong lời tựa **Thi Tuyển***

Nguyên tác

comme émeraude à la bague du Ciel
comme Orphée en délire
descendu aux Enfers
ramenant dans ses bras son amour saccagé
pour donner à chaque aube
un soleil tout pétri de jeunesse et d'espoir
ô poète incarnant par la bouche du Dieu
le splendide héliotrope du Verbe.

N.K. lược dịch

khác chi ngọc bích thiên đình
khác chi thần nhạc cuồng si
xuống tận âm ty
anh dũng vực về mối tình hoang phế
để mỗi bình minh
lại có vầng dương ngập tràn tin yêu, sức trẻ
ôi, thi nhân - kẻ đến trần gian mang lời thượng đế -
đóa hoa diệu kỳ, luôn hướng lên trời tiếp nhận
                              thiên lương.

Simone Kuhnen de La Cœuillerie

ba bài thơ trích từ thi phẩm *Tannkas et Haï-kaïs* (1953)
minh họa của Suzanne Bomhals
N.K. lược dịch

Nguyên tác

Au flanc de l'amphore
Des danseurs nouent leur ronde.
Potier, danseurs sont morts,
Mais tourne la ronde
Autour de l'amphore.

Đại ý

Trên thân chiếc bình cổ
Các vũ công đang nối vòng tay.
Thợ gốm ơi, vũ công còn đâu nữa,
Nhưng điệu vũ vẫn xoay
Quanh thân chiếc bình cổ.

Lược dịch

Quả ông thợ gốm tài tình
Vẽ quanh bình cổ những hình vũ công
Vẫn theo điệu nhạc xoay vòng
Dù đời họ đã tắt dòng từ lâu...

Nguyên tác

Un vase brisé,
Tant pis si ce n'est qu'un vase.
Mais si c'est un symbole?...

Đại ý

Chiếc bình đã vỡ,
Cũng thôi, nếu là vỡ bình thật đó.
Nhưng... nếu chỉ là lời bóng gió?

Lược dịch

Chiếc bình vỡ, chỉ buồn thôi,
Nhưng, ôi! Nếu đó là lời ví von...

Nguyên tác

Dans l'ombre j'écoute...
Un oiseau me dit son chant.
Mais je ne sais pas
Si ce chant est triste ou gai.
Je ne suis pas un oiseau!

Đại ý

Nghe từ bóng râm
Chim hót bài ca tha thiết
Nhưng làm sao biết
Chim buồn hay vui trong tâm?
- Ta đâu phải điểu cầm!

Lược dịch

Tiếc mình không hiểu tiếng chim,
Dẫu nghe hót vẫn thấy tim bồi hồi!
Buồn hay vui đó chim ơi?

Trang bìa Tannkas et Haï-Kaïsï

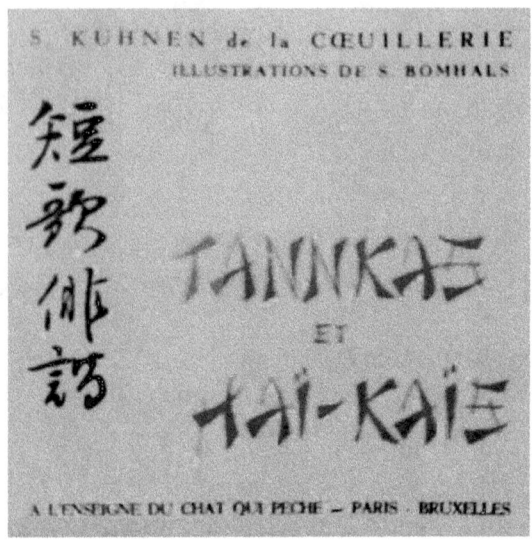

Mộ bia Simone Kuhnen de La Cœuillerie (1905-1993)
Brabant, Bỉ quốc

Bài Ca Dị Hỏa

Cảm Thông trang 30

> Je me rappelle le temps où mon
> cœur ne faisait qu'un
> avec la terre et le soleil, cette
> intimité si profonde et si grande
> Voilà le Feu Étrange la réunion
> Flammes et effluves de la préhis-
> toire se meuvent et tournent
> autour de la lampe. (l'âme
> du poète)
>
> Vũ Hoàng CHƯƠNG
> adaptation française de
> Simone Kuhnen de la
> Cœuillerie

Công Chúa Paris

Cảm Thông trang 36

> La Tour de nouveau émettra
> des bans et des messages
> Pour mon hymen avec la Princesse
> d'Occident
>
> adaptation française de
> Simone Kuhnen de la Cœuillerie

*Trên đây là thủ bút của nữ thi sĩ Bỉ Simone Kuhnen de La Cœuillerie, tác giả nhiều thi tập - nổi danh nhất có tập **"Tannkas et haï-kaïs"** viết bằng tiếng Pháp và đã dịch ra các thứ tiếng: Anh, Ý, Đức, Tây Ban Nha, v.v...*

Lời chú của Vũ Hoàng Chương

Giấy Ủy Quyền

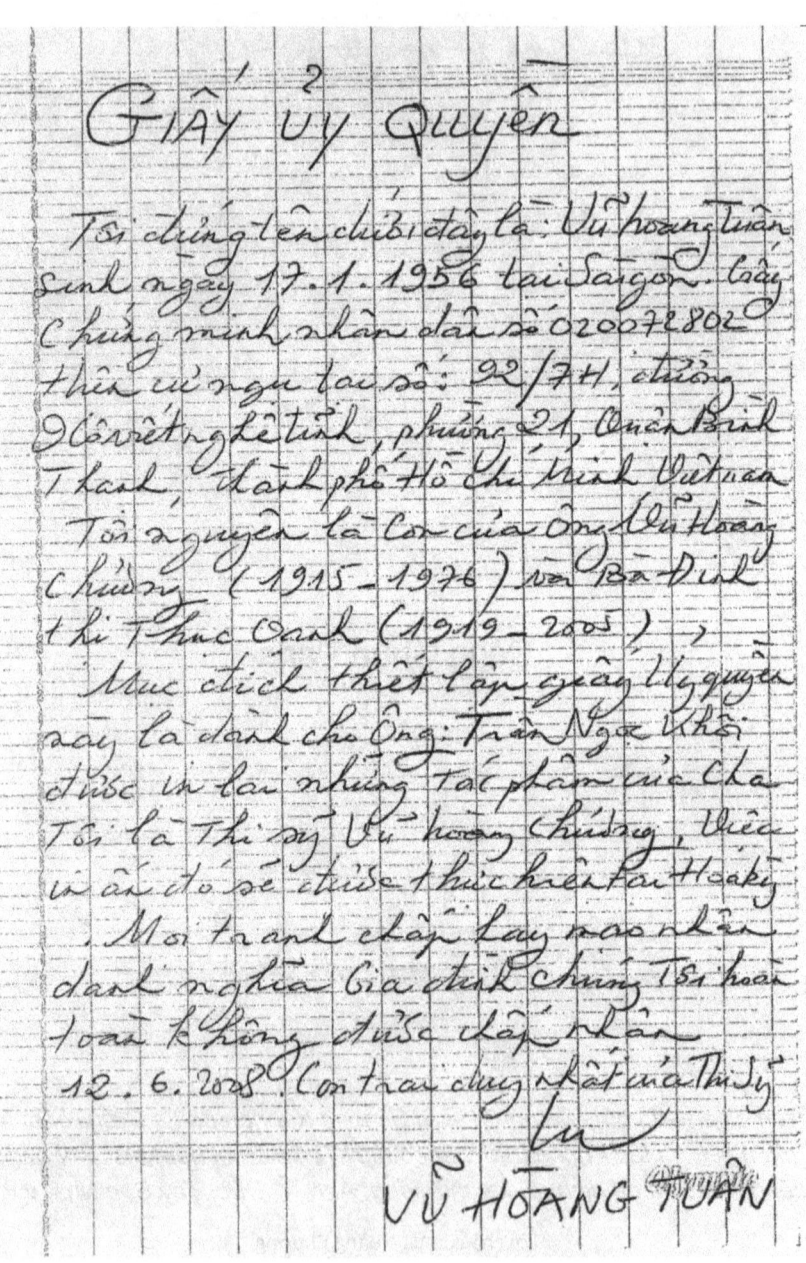

thư mục Vũ Hoàng Chương

do Hàng Thị

Đã có

Nhị Thập Bát Tú (2023)
    những bài thơ viết theo thể *Nhị Thập Bát Tú*

Ta Còn Để Lại Gì Không (2023)
    những bài thơ chưa in vào thi phẩm nào lúc sinh thời

Thơ Say & Mây (2024)
    Thơ Say và *Mây*

Rừng Phong & Hoa Đăng (2024)
    Rừng Phong và *Hoa Đăng*

Hoa Đàm nối Lửa Từ Bi (2024)
    Lửa Từ Bi, *Ánh Trăng Đạo Lý*, và *Bút Nở Hoa Đàm*

Trời Một Phương & Cành Mai Trắng Mộng (2024)
    Trời Một Phương và *Cành Mai Trắng Mộng*

Ngồi Quán & Đời Vắng Em Rồi Say Với Ai (2024)
    Ngồi Quán và *Đời Vắng Em Rồi Say Với Ai*

Mộng Trắng Thơ Vàng Tóc Bạch Kim (2025)
    các bài thơ dài (ngoài thể *Nhị Thập Bát Tú*) đã dịch ra ngoại ngữ
    trong Cảm Thông, Thi Tuyển, và Tân Thi

tìm đọc online https://hangthi.com
hoặc gởi điện thư về nxbhangthi@gmail.com để nhận sách in

Sẽ có

Kịch Thơ
    Vân Muội, *Trương Chi*, *Hồng Diệp*, và *Tâm Sự Kẻ Sang Tần*

do các nhà xuất bản khác

Chúng Ta Mất Hết Chỉ Còn Nhau
    Rừng Trúc (1974)

Ta Đợi Em Từ Ba Mươi Năm
    Một số thân hữu và các cựu môn sinh (1985)

www.ingramcontent.com/pod-product-compliance
Lightning Source LLC
Chambersburg PA
CBHW071145160426
43196CB00011B/2018